Himnesk soufflé sköpun

100 ljúffengar uppskriftir fyrir bragðmiklar og sætar soufflés, með töfrandi lituðum myndum

Dagur Gíslason

Höfundarréttarefni ©2023

Allur réttur áskilinn

Engan hluta þessarar bókar má nota eða senda á nokkurn hátt eða á nokkurn hátt án skriflegs samþykkis útgefanda og höfundarréttarhafa, nema stuttar tilvitnanir sem notaðar eru í umsögn. Þessi bók ætti ekki að koma í staðinn fyrir læknisfræðilega, lögfræðilega eða aðra faglega ráðgjöf.

EFNISYFIRLIT

EFNISYFIRLIT...3
KYNNING..8
Morgunmatur...10
1. Soufflé pönnukökur..11
2. Edam ostasúfflé með beikoni..14
3. Morgunverðarsúfflé...17
4. Hollenskur ofnbeikonsúfflé _..19
5. Þriggja osta soufflé vöfflur...22
6. Bakað eggjasúfflé..25
7. Bakaðar polenta soufflés með Taleggio sósu..................27
8. Haframjöl soufflé..30
9. French Toast Soufflé...33
10. Feta og sólþurrkaðir tómatar soufflé eggjakaka...........36
FORréttir..38
11. Mini Sou ffle Bites...39
12. Butternut Squash Soufflé bitar.......................................41
13. Chile Ostasufflé ferningur...43
14. Saltkaramellu poppkornssúfflé......................................46
15. Soufflé eggjahvítar kúlur með rauðu baunamauki.......50
AÐALRÉTTUR...52
16. Maíssoufflé _...53
   17. Þakkargjörðargulrótarsúfflé _..55
18. Acorn squash soufflé..57
19. Spergilkálssúfflé..60

20. Reykt laxasúffléterta 62
21. Skinku cheddar graslauk soufflé 65
22. Fasan soufflé 68
23. Sellerí og ostasúfflé 70
24. Spínatsúfflé 74
25. Rófagræn soufflé 77
26. Monterey Jack Soufflé 80
27. Rauðrófusofflé með piparrót 82
28. Maíssoufflé 85
29. Rækjusúfflé 87
30. Chile-maís soufflé 89
31. Bonaparte's retreat kornsúfflé 92
32. Brauðbúðingssúfflé 94
33. Spergilkálssúfflé 97
34. Chili ostsúfflé 99
35. Porcini soufflé með sósu og hvítri truffluolíu 102
36. Ratatouille og chevre soufflé 106
37. rósakál soufflé 110
38. Huevos ranchero pottréttasúfflé 113
39. Epli -hrísgrjónasúfflé 116
40. Kjúklingasúfflé salat 119
41. Makkarónusúfflé 122
42. Núðlu- og sveppasufflé 124
43. Þistil- og ostrusúfflé 126
44. Aspas soufflé 128
45. Av o cado salatsúfflé 130
46. Rófagræn soufflé 132

47. Butternut squash soufflé...135
EFTIRLITUR..137
48. Súkkulaðiskýjasúfflé _...138
   49. Súkkulaði soufflé kaka..140
50. Jarðarberjasúfflé..143
51. Úkraínsk soufflé úr gufusoðnu káli........................145
52. Apríkósu- og pistasíusúfflé......................................148
53. Calendula soufflé..151
54. Fall len sítrónu soufflé...154
55. Frosinn trönuberjasúfflé með spunnnum sykri...157
56. Ísaðar apríkósu soufflés..161
57. Grand marnier & appelsínu ísaður soufflé...........164
58. Spænsk pönnusúfflé..167
59. Appelsínuhlaup soufflé...169
60. Fjólublá soufflé...171
61. Pistasíusúfflé með pistasíuís...................................173
62. Frönsk hvít súkkulaðisúfflé.....................................177
63. Eplasúfflé með saltkaramellusósu..........................180
64. Kæld sítrónusúfflé..184
65. Brennt peru- og gráðostasúfflé...............................187
66. Banana kakó soufflé..191
67. Mokka Soufflé s..193
68. Hindberjasúfflé...196
69. Súkkulaði Marshmallow Soufflé.............................199
70. Ís Kiwi Soufflé..202
71. Súkkulaðisoufflés með perum..................................205
72. Grand Marnier soufflé..208

73. Hlynsírópssúfflé 211
74. Appelsínugult soufflé 213
75. Eplasúfflé 216
76. Apríkósu soufflé 219
77. Bökuð súkkulaðibúðingssúfflé með bönunum 222
78. Banana súkkulaðibitasúfflé 225
79. Svartur og hvítur bananasúfflé 227
80. Svartskógur soufflé 230
81. Blandara soufflé 233
82. Blintz soufflé 235
83. Gráðostasúfflé 238
84. Bláberja sítrónu soufflé baka 241
85. Brow nie soufflé með myntukremi 244
86. Carob-mokka soufflé 247
87. Bíll a mel eplahnetusúfflé 250
88. Kastaníusúfflé 253
89. Súkkulaði piparmyntu soufflés 255
90. Súkkulaðiflöguð marrsúfflé 259
91. Kalt ávaxtasúfflé 262
92. Crockpot ostasúfflé 264
93. Daiquiri soufflé 266
94. Drambuie soufflé 269
95. Frosinn grand marnier soufflé 272
96. Ávaxtakökusúfflé 275
97. Glace rauð hindberja soufflé 278
98. Hominy soufflé 281
99. Jasmine te soufflé með sítrónu grasís 283

100. Appelsínugult - eggjasúfflé..............................287
NIÐURSTAÐA..290

KYNNING

Verið velkomin í heim soufflés, þar sem þú getur notið léttra, dúnkenndra og girnilegrar sköpunar sem gera fullkomnar máltíðir eða eftirrétti fyrir hvaða tilefni sem er. Þessi matreiðslubók er fullkominn leiðarvísir þinn til að búa til himnesku soufflés, hvort sem þú ert vanur kokkur eða nýliði.

Innan í þér finnur þú 100 uppskriftir af alls kyns ljúffengum souffléum, allt frá klassískum osta- og spínatsúfflum til sætra góðgæti eins og súkkulaði- og hindberjasúkkulaði. Hver uppskrift er unnin af fagmennsku til að tryggja að soufflés þín lyftist fullkomlega og hafi flauelsmjúka áferð sem bráðnar í munni þínum.

Auk uppskriftanna finnur þú gagnleg ráð og brellur til að búa til hina fullkomnu soufflé í hvert skipti. Þú munt líka finna töfrandi litaðar myndir af hverri uppskrift, svo þú getur séð nákvæmlega hvernig souffléið þitt ætti að líta út.

Hvort sem þú ert að halda matarboð eða bara að leita að huggulegum eftirrétt, þá hefur Soufflé matreiðslubókin allt sem þú þarft til að búa til hið fullkomna soufflé í hvert skipti.

Morgunmatur

1. Soufflé pönnukökur

Gerir: 2

Hráefni
- 1 meðalstórt frígengt egg, aðskilið, auk 1 auka eggjahvítu
- 2½ matskeiðar flórsykur
- ½ tsk vanilluþykkni
- 2 matskeiðar nýmjólk
- 4 matskeiðar venjulegt hveiti
- ¼ tsk lyftiduft
- ¼ tsk rjómi af vínsteini
- Smjör til að smyrja
- Hlynsíróp, saltað smjör og flórsykur til að bera fram

LEIÐBEININGAR:
a) Þeytið eggjarauðuna, helminginn af sykrinum og vanillu saman í lítilli skál þar til það er fölt og froðukennt.
b) Bætið mjólkinni út í, þeytið þar til það hefur blandast vel saman, sigtið síðan hveitinu, lyftiduftinu og klípu af salti út í og blandið þar til það hefur blandast inn.
c) Blandið eggjahvítunum og vínsteinsrjóma saman í sérstaka hreina skál.
d) Þeytið með rafmagnshrærivél að mjúkum toppum.

e) Bætið afganginum af sykrinum út í og haldið áfram að þeyta þar til stífur, gljáandi toppur.
f) Brjótið eggjarauðublönduna saman við marengsinn í 2 viðbótum með átta töluhreyfingum þar til það er bara blandað saman - ekki ofblanda því annars slærðu út loftið.
g) Hitið stóra pönnu með loki yfir miðlungshita.
h) Smyrjið pönnuna mjög létt, hellið síðan um ⅔ af deiginu í 2 stóra hauga, vel á milli.
i) Bætið 2 tsk af vatni á pönnuna, hyljið síðan og lækkið hitann í lægstu stillingu og eldið í 4 mínútur.
j) Skiptið afganginum af deiginu á milli pönnukökunna 2, lokið síðan aftur og eldið í 4 mínútur í viðbót.
k) Snúið pönnukökunum varlega við og eldið í 4 mínútur í viðbót.
l) Berið fram strax, toppað með smjöri, flórsykri og hlynsírópi.

2. Edam ostasúfflé með beikoni

Gerir: 8 skammta

HRÁEFNI:
Bechamel:
- 5 teskeiðar af hveiti
- 6 eggjarauður
- klípa af salti
- 1 ¼ bolli mjólk, soðin
- klípa af cayenne pipar
- ¼ bolli smjör
- klípa af pipar

OSTBLANDA:
- klípa af salti
- 3 aura rjómaostur
- ¼ pund lítil brunoise af beikoni
- 3 aura Edam ostur
- 8 eggjahvítur, þeyttar
- 2 aura smjör

LEIÐBEININGAR:
a) Bræðið smjörið, bætið hveitinu út í og eldið án þess að brúnast þar til blandan byrjar að kúla.

b) Bætið heitri mjólk smám saman út í og þeytið stöðugt. Eldið þar til áferðin verður slétt og þykk og fer að sjóða. Takið af hitanum.

c) Blandið eggjarauðum, salti, pipar og cayenne í blönduna.

d) Forhitið ofninn í 350F.

e) Stráið rifnum parmesan jafnt í kringum smurða ramekin. Útbúið vatnsbað fyrir soufflé og hitið í ofni.

f) Bræðið rjómaostinn, smjörið og Edam ostinn í skál. Bætið Bechamel út í ostablönduna. Brjótið mjúku þeyttu eggjahvíturnar saman við blönduna með spaða.

g) Steikið beikon

h) á pönnu þar til stökkt. Tæmdu umfram fitu og settu það á pappírshandklæði.

i) Fylltu tilbúna ramekin með blöndunni að toppnum. Hreinsaðu brúnir ramekinsins af aukablöndu. Til að baka soufflé, setjið ramekin í bain Marie í 15 mínútur þar til það pússt 1 tommu fyrir ofan ramekin. Takið souffléið úr ofninum til að kólna. Setjið teskeið af stökku beikoni í miðju soufflésins.

j) Setjið Ramekin á disk með quenelle af lauksorbeti.

a)

3. Morgunverðarsúfflé

Gerir: 2

Hráefni :
- 2 egg
- 2 matskeiðar rjómi
- Rauður chilipipar
- Steinselja

LEIÐBEININGAR:

a) Saxið steinselju og chili smátt. Setjið eggin í skál og hrærið rjóma, steinselju og pipar saman við.

b) Fylltu réttina allt að hálfa leið með eggjablöndunni.

c) Bakið soufflés við 200 gráður í 8 mínútur.

4. Hollenskur ofnbeikonsúfflé

Gerir: 2

HRÁEFNI:
- 4 bollar dagsgamalt hvítt eða franskt brauð í teningum
- ⅓ teskeið laukduft
- 2 bollar rifinn cheddar ostur
- skvettu malaður pipar
- 10 egg, létt þeytt
- ½ pund soðið beikon, mulið
- 3 bollar mjólk
- ½ bolli sneiddir sveppir
- 1 tsk brúnt sinnep
- ½ bolli saxaðir, skrældar tómatar
- 1 tsk salt

LEIÐBEININGAR:
a) Klæddu hollenska ofninn með álpappír eða smyrðu ofninn ríkulega.
b) Raðið brauðteningum í ofninn og stráið osti yfir.
c) Þeytið saman egg, mjólk, sinnep, salt, pipar og laukduft.
d) Hellið jafnt yfir ost og brauð. stráið beikoni yfir,
e) sveppum, og tómötum. Lokið og kælið yfir nótt.

f)Takið úr kæli þegar hann hefur lyftst upp svo hollenskur ofn geti hitnað.
g)Bakið í um 1 klukkustund við 350 gráður.

5. Priggja osta soufflé vöfflur

Gerir: 10 til 12

Hráefni
- 4 egg, aðskilin
- 2¼ bollar mjólk
- 4 aura smjör, brætt
- ½ bolli rifinn parmesan
- ½ bolli rifinn mozzarella
- ¼ bolli rifið próvolón
- 3 bollar alhliða hveiti
- 1 matskeið lyftiduft
- 1 tsk matarsódi
- 1 tsk kosher salt
- 1 bolli fínt saxaður graslaukur

LEIÐBEININGAR:
a) Settu upp Sear and Press Grillið með vöffluplötunum. Veldu 450°F fyrir efri og neðri plötuna. Ýttu á Start til að forhita.
b) Blandið saman eggjarauðum, mjólk og smjöri og þeytið þar til það hefur blandast vel saman.
c) Setjið ost, hveiti, lyftiduft, matarsóda og salt í stóra blöndunarskál og gerið holu í miðjunni.
d) Hellið eggjablöndunni út í og blandið saman þar til það hefur blandast saman.
e) Þeytið eggjahvítur með rafmagnsþeytara þar til stinnir toppar myndast.

f) Brjótið í gegnum vöffludeigið ásamt söxuðum graslauk.

g) Þegar forhitun er lokið; græna Ready ljósið kviknar.

h) Bætið ½ bolli af deigi í hvern vöffluferning.

i) Lokaðu lokinu og eldaðu þar til það er eldað í gegn og gullbrúnt.

j) Þetta mun taka um það bil 4-5 mínútur eða þar til það er eldað að vild.

6. Bakað eggjasúfflé

Gerir: 6 skammta

HRÁEFNI:
- 12 sneiðar hvítt brauð
- 2 matskeiðar smjör, mjúkt
- 6 sneiðar deli skinku
- 6 sneiðar amerískur ostur
- 3 bollar mjólk
- 4 egg, þeytt
- salt og pipar eftir smekk

LEIÐBEININGAR:
a) Smyrjið annarri hlið hverrar brauðsneiðar með smjöri.
b) Raðið 6 sneiðum með smjörhliðinni niður í létt smurt 13"x9" bökunarform.
c) Raðið skinku og osti ofan á. Hyljið með afganginum af brauði, smjörhliðinni upp.
d) Þeytið mjólk og egg saman þar til froðukennt; hella yfir allt.
e) Stráið salti og pipar yfir.
f) Bakið, án loks, við 350 gráður í 50 mínútur, eða þar til það er gullið.
g) Látið standa í 5 mínútur áður en borið er fram.

7. Bakaðar polenta soufflés með Taleggio sósu

Gerir: 6

Hráefni
- 60 g ósaltað smjör
- 50g instant polenta, plús aukalega til að dusta
- 60 g venjulegt hveiti
- 2½ bollar mjólk
- 4 egg, aðskilin, auk 2 auka eggjarauður
- 300 g Taleggio, börkur fjarlægður, saxaður
- 300ml hreinn rjómi
- Rifinn parmesan og salat, til að bera fram

LEIÐBEININGAR:
a) Hitið ofninn í 160°C. Smyrjið átta ½ bolla dariole mót með smjöri og stráið með polentu.

b) Bræðið smjörið í potti við vægan hita. Hækkið hitann í miðlungs, bætið hveitinu út í og eldið í 2-3 mínútur. Bætið mjólkinni út í og þeytið varlega þar til slétt. Takið af hitanum og blandið polentu saman við. Látið standa í 5 mínútur til að kólna aðeins.

c) Þeytið 4 eggjahvítur með rafmagnsþeytara að stífum toppum. Hrærið 6 eggjarauðunum í kældu polentublönduna og blandið síðan eggjahvítunni varlega saman við.

d) Fylltu formin að þrír fjórðu af souffléblöndu og færðu yfir á steikarpönnu. Hellið nægu sjóðandi vatni á pönnuna til að það komi hálfa leið upp með hliðum mótanna. Bakið í 25 mínútur eða þar til lyftist upp.

e) Hvolfið mótum á bökunarpappírsklædda ofnplötu. Setjið Taleggio og rjóma í hitaþolna skál yfir pönnu með varlega sjóðandi vatni, hrærið af og til þar til það er bráðið og slétt.

f) Hellið Taleggio sósunni yfir hverja soufflé og stráið parmesan yfir. Bakið í 25 mínútur eða þar til blásið og gullið, berið síðan fram með grænu salati.

8. Haframjöl soufflé

Gerir: 4

Hráefni:
- 1 bolli extra þykkir rúllaðir hafrar
- 3 bollar nýmjólk
- 2 matskeiðar turbinado sykur
- Klípa af kosher salti
- 3 stór egg, aðskilin
- 2 bollar blandað hindberjum og bláberjum
- $\frac{1}{2}$ tsk fínt rifinn sítrónubörkur
- Sælgætissykur, til að rykhreinsa
- Hreint hlynsíróp, til framreiðslu

LEIÐBEININGAR:
a) Hitið ofninn í 350°. Smyrjið 2 lítra bökunarrétt.
b) Blandið höfrum, mjólk, turbinado sykri og salti saman í stórum potti og látið sjóða.
c) Eldið við vægan hita, hrærið af og til þar til það er þykkt í grautarsamkvæmni, um það bil 15 mínútur. Taktu af hitanum; látið kólna aðeins.
d) Vinnið hratt og hrærið eggjarauðunum út í haframjölið þar til það er vel blandað saman.
e) Blandið saman við 1 bolla af berjunum og sítrónubörknum.
f) Í stórri skál, með handþeytara, þeytið eggjahvíturnar á meðalhraða þar til meðalstífir toppar myndast, um það bil 3 mínútur. Blandið

hvítunum varlega saman við haframjölið þar til það hefur blandast saman.

g) Skafið blönduna í tilbúna fatið og bakið í um 30 mínútur, þar til hún er gullin og blásin.

h) Dustið yfir sælgætissykur og berið fram heitt með afganginum af 1 bolla af berjum og hlynsírópi, ef vill.

9. French Toast Soufflé

Gerir: 12

Hráefni:
- 10 bollar hvítt brauð teningur
- 8 aura pakki af mjúkum fituskertum rjómaosti
- 8 egg
- 1 ½ bolli mjólk
- ⅔ bolli hálf og hálfur rjómi
- ½ bolli hlynsíróp
- ½ tsk vanilluþykkni
- 2 matskeiðar sælgætissykur

LEIÐBEININGAR:

a) Settu brauðteninga í létt smurða 9x13 tommu bökunarform.

b) Í stórri skál, þeytið rjómaost með rafmagnshrærivél á meðalhraða þar til slétt er.

c) Bætið eggjum við einu í einu, blandið vel saman eftir hverja viðbót.

d) Hrærið mjólk, hálfu og hálfu, hlynsírópi og vanillu saman við þar til blandan er slétt.

e) Hellið rjómaostablöndu yfir brauðið; loki, og geymið í kæli yfir nótt.

f) Næsta morgun skaltu taka souffléið úr ísskápnum og láta það standa við stofuhita í 30 mínútur. Á meðan, forhitaðu ofninn í 375 gráður F.

g) Bakið, án loks, í 30 mínútur í forhituðum ofni, eða þar til hnífur sem stungið er í miðjuna kemur hreinn út.

h) Stráið sælgætissykri yfir og berið fram volga.

10. Feta og sólþurrkaðir tómatar soufflé eggjakaka

Gerir: 1 skammt

HRÁEFNI:
- 3 meðalstór egg; aðskilin
- 1 matskeið vatn
- 2 tsk sólþurrkað tómatmauk
- 25 grömm smjör; (1oz)
- ½ 200 g pakki af fetaosti; skera í litla teninga
- 3 sólþurrkaðir tómatar; gróft hakkað
- 4 svartar ólífur; skera í fernt
- 15 grömm fersk basil; gróft hakkað
- Salt og nýmalaður svartur pipar

LEIÐBEININGAR:
a) Blandið eggjarauðunum og vatni saman við. Þeytið hvíturnar þar til þær eru ljósar og froðukenndar og blandið saman við eggjarauðurnar. Hrærið tómatmaukinu saman við.
b) Hitið smjörið á pönnu þar til það er heitt. Hellið eggjablöndunni út í og látið malla þar til það er stíft í efri brún og mjúkt í miðjunni.
c) Setjið ost, sólþurrkaða tómata, ólífur, ferska basilíku og krydd á annan helming eggjakökunnar og brjótið hinum helmingnum yfir til að mynda lok.
d) Færið yfir á disk og berið fram strax.

FORréttir

11. Mini Souffle Bites

Gerir: 12

Hráefni:

- 1 ¼ bolli rifinn skarpur cheddar ostur
- 2 stór egg létt þeytt
- 1 ¼ bolli mjólk
- ¾ tsk Worcestershire sósa
- 2 matskeiðar smjör
- 2 matskeiðar saxaður graslaukur
- Til að smakka salt og pipar
- Hawaiian sætt brauð, sneið

LEIÐBEININGAR:

a) Skerið skorpurnar af brauðsneiðum og skerið þær í ½ tommu teninga.

b) Þeytið eggin í stórri blöndunarskál. Bætið við mjólk, osti og Worcestershire sósu. Blandið saman og hrærið síðan brauðinu saman við.

c) Látið standa í 15 mínútur.

d) Setjið ⅓ bolla af souffléblöndunni í smurða muffinsbolla í muffinsformi.

e) Settu muffinsformið í hlauppönnu fyllt með ½ tommu af vatni.

f) Bakið við 375° F þar til stíft, um 25-30 mínútur. Takið þær út þegar þær hafa blásið upp og eru aðeins brúnar að ofan.

g) Stráið graslauk á hverja soufflé til skrauts.

12. Butternut Squash Soufflé bitar

Gerir: 6

Hráefni:
- 6 stór egg
- 2 bollar, maukað butternut squash
- ½ tsk kanill
- ¼ bolli rúsínur, frælausar
- ⅛ teskeið salt
- ⅛ teskeið svartur pipar, malaður

LEIÐBEININGAR:
a) Forhitaðu ofninn í 350 F.
b) Í stórri blöndunarskál, þeytið saman allt hráefnið.
c) Skerið blönduna í smámuffinsform.
d) Bakið í 18-22 mínútur þar til soufflébitar hafa bólað upp og stíflað í miðjunni.
e) Látið kólna aðeins og berið svo fram. Geymið afganga í loftþéttu íláti í ísskápnum í allt að fjóra daga.

13. Chile Ostasufflé ferningur

Gerir: 6

Hráefni:
- 8 matskeiðar ekta smjör
- ½ bolli hveiti
- 1 tsk lyftiduft
- slatti af salti
- 10 egg
- 7 aura geta brennt brennt grænt chiles, tæmt
- 2 bollar kotasæla
- 1 pund Monterey Jack ostur, rifinn

LEIÐBEININGAR:
a) Skerið smjör í stóra bita og setjið í 9×13 pönnu.
b) Setjið pönnuna inn í ofn og hitið í 400 gráður.
c) Hrærið saman hveiti, lyftidufti og salti í stórri blöndunarskál.
d) Bætið 1-2 eggjum saman við og þeytið blönduna þar til það eru engir kekkir.
e) Bætið restinni af eggjunum út í og þeytið þar til það er slétt.
f) Hrærið grænum chiles, kotasælu og jack osti saman við og hrærið þar til það er bara blandað saman.
g) Taktu pönnuna úr ofninum og hallaðu pönnunni þannig að smjörið hjúpi allt, helltu síðan smjörinu

varlega út í eggjablönduna og hrærðu til að blandast saman.

h) Hellið blöndunni aftur á heita pönnuna.

i) Þegar ofninn er forhitaður setjið pönnuna inn í ofninn og eldið í 15 mínútur.

j) Lækkið hitann í 350 og eldið í 35-40 mínútur í viðbót, eða þar til toppurinn er gullinn og aðeins brúnaður.

k) Látið kólna í 10 mínútur áður en það er skorið í ferninga og borið fram.

14. Saltkaramellu poppkornssúfflé

Gerir: 4

Hráefni:
- 125ml nýmjólk
- 125ml tvöfaldur rjómi
- 105 g flórsykur
- 25 g búðingur hrísgrjón
- 1 vanillustöng, skipt
- 75 g ósaltað smjör, mildað
- 6 eggjahvítur
- 20 g popp

SALTAÐ KARAMELLUSÓSA
- 100g flórsykur, auk 75g fyrir ramekin
- 45 g saltað smjör, skorið í bita
- 60ml tvöfaldur rjómi
- ½ tsk sjávarsalt

LEIÐBEININGAR:
a) Hitið ofninn í 140°C og setjið fjögur 9,5cm x 5cm souffléform eða ramekin í ísskápinn til að kæla.

b) Blandið mjólkinni, rjómanum, 15 g af sykri, hrísgrjónum, vanillustöng og smá salti saman í eldfast mót.

c) Lokið og bakið í 2 klukkustundir eða þar til hrísgrjónin eru mjúk, hrærið á 30 mínútna fresti.

d) Fjarlægðu vanillustöngina, flyttu síðan blönduna yfir í blandara og hrærðu í slétt mauk, tryggðu að engin hrísgrjónakorn séu eftir. Lokið og látið kólna.

e) Á meðan, fyrir karamellusósuna, dreifið 100 g af sykri í botninn á þykkri pönnu.

f) Setjið yfir meðalháan hita og fylgist vel með sykrinum þegar hann byrjar að bráðna.

g) Hristið pönnuna af og til til að dreifa sykri sem hefur ekki bráðnað og þegar hann er að bráðna skaltu nota sílikonspaða til að koma honum saman og brjóta varlega upp kekki.

h) Þegar hann er orðinn sléttur, djúpt gulbrúnn vökvi - gætið þess að hann brenni ekki - hrærið smjörinu hratt út í.

i) Hellið rjómanum rólega út í og hrærið þar til það myndar glansandi, gljáandi karamellusósu. Hrærið sjávarsalti saman við. Setja til hliðar.

j) Þegar ramekinin eru orðin alveg kald, takið þær úr kæliskápnum og penslið þær ríkulega að innan með smjöri, passið upp á að engir blettir missi af og penslið alveg upp að brúninni.

k) Helltu 75 g af sykri í eina ramekin, snúðu henni svo að innanverðið hjúpist vel af sykri, helltu síðan umframmagninu í það næsta og endurtaktu þar til þau eru öll húðuð. Setja til hliðar.

l) Hellið eggjahvítunum í stóra skál og þeytið með rafmagnsþeytara á miklum hraða í 1 mín.

m) Bætið smám saman við fjórðungi af sykrinum sem eftir er, þeytið í eina mínútu í viðbót, síðan annan fjórðung.

n) Endurtaktu þar til allur sykurinn hefur verið blandaður inn.

o) Þegar öllum sykrinum hefur verið bætt við skaltu halda áfram að þeyta í 30 sekúndur í viðbót þar til hann myndar stífa, glansandi toppa.

p) Á meðan skaltu setja hrísgrjónabúðingamaukið og 15 g af saltkaramellusósunni í stóra hitaþolna skál sem sett er yfir pott með sjóðandi vatni.

q) Hitið blönduna varlega og hrærið saman og takið hana síðan af hellunni.

r) Brjótið fjórðung af þeyttu eggjahvítunum saman við hrísgrjónabúðinguna til að losa hana og brjótið svo restinni saman við þar til hún er vel felld inn.

s) Hitið ofninn í 200C.

t) Hellið souffléblöndunni í tilbúnu ramekinurnar og fyllið þær örlítið yfir.

u) Notaðu pallettuhníf til að jafna toppana af.

v) Renndu þumalfingri og vísifingri í kringum innanverðan brún hvers ramekins til að tryggja að soufflés lyftist beint upp.

w) Stráið toppunum yfir poppinu, setjið þá á bökunarplötu og bakið í miðhillu ofnsins.

15. Soufflé eggjahvítar kúlur með rauðu baunamauki

Gerir: 4

Hráefni:
- 5 aura rauð baunamauk
- 5 eggjahvítur
- 2 aura af allskyns hveiti
- 2 aura maíssterkju

LEIÐBEININGAR:
a) Gerðu rauðu baunamaukið í litlar kúlur.
b) Þeytið eggjahvíturnar með rafþeytara þar til þær freyða.
c) Bætið hveiti og maíssterkju við eggjahvíturnar og blandið vel saman.
d) Notaðu ísskeið til að móta soufflékúlurnar.
e) Hitið djúpsteikingarpottinn í 375°F og djúpsteikið soufflékúlurnar þar til þær verða ljósbrúnar.
f) Skerið út og stráið flórsykri yfir soufflékúlurnar.
g) Berið fram heitt.

AÐALRÉTTUR

16. Maissoufflé

Gerir: 8-10 skammta

HRÁEFNI:

- 1 meðalstór laukur
- 5 pund af frosnum maís
- 6 bollar Monterey Jack , rifið
- 3 egg
- 1 tsk salt

LEIÐBEININGAR:

a) Steikið laukinn í ólífuolíu á pönnu. Setja til hliðar.

b) Í matvinnsluvél, malið maís.

c) Blandið saman og hrærið hinum hráefnunum saman við, þar á meðal steikta laukinn.

d) Setjið í 8x14 bökunarform sem hefur verið smurt.

e) Bakið við 375°F í um 25 mínútur, eða þar til toppurinn er gullinbrúnn.

17. Þakkargjörðargulrótarsúfflé

Gerir: 8 skammta

HRÁEFNI:

- 2 pund ferskar gulrætur, skrældar og soðnar
- 6 egg
- ⅔ bolli sykur
- 6 matskeiðar matzoh máltíð
- 2 tsk vanillu
- 2 prik smjör eða smjörlíki, brætt
- Dapur af múskat
- 6 matskeiðar púðursykur
- 4 matskeiðar smjör eða smjörlíki, brætt
- 1 bolli saxaðar valhnetur

LEIÐBEININGAR:

a) Maukið gulrætur og egg í matvinnsluvél.
b) Vinnið næstu fimm hráefni þar til það er slétt.
c) Bakið í 40 mínútur í smurðri 9x13 bökunarformi við 350°F.
d) Bætið álegginu út í og bakið í 5-10 mínútur í viðbót.

18. Acorn squash soufflé

Gerir: 4 skammta

HRÁEFNI:
- 1 eggjahvíta
- 2 acorn leiðsögn
- 4 tsk púðursykur
- rifið af ferskum múskat
- $\frac{1}{8}$ teskeið salt
- 4 matskeiðar smjör
- $\frac{1}{4}$ tsk malaður kanill
- 1 egg, aðskilið
- nýmalaður svartur pipar

LEIÐBEININGAR:
a) Forhitaðu ofninn í 400 F. Þvoðu leiðsögn. Skerið squash í tvennt og ausið fræin út. Setjið leiðsögn helminga með skinnhliðinni upp í $\frac{1}{2}$ tommu vatni í eldfast mót og bakið í 30 mínútur.
b) Takið úr ofninum. Snúið helmingnum af leiðsögninni með töngum. Setjið 1 matskeið af smjöri í hvern helming. Bakið aftur í 30 mínútur eða þar til kjötið er mjúkt. Kælið í 30 mínútur.
c) Fjarlægðu squashið varlega af ofnplötunni og helltu smjörinu í skál.
d) Án þess að skemma hýðið skaltu ausa holdinu varlega úr hverjum leiðsagnarhelmingi og setja það í sömu skálina.

e) Í blandara eða matvinnsluvél, maukaðu leiðsögnina með fráteknu smjöri, sykri, kryddi og eggjarauðu.

f) Hellið í blöndunarskál.

g) Þeytið eggjahvíturnar með salti þar til þær mynda stífa toppa.

h) BREYTTU í maukið. Vinnið hratt en varlega og varðveitið eggjahvítumagnið.

i) Hellið souffléblöndunni í helminga af squashhýði og bakið í 25 mín. eða þar til topparnir eru brúnir og byrjaðir að sprunga.

j) Berið fram strax.

19. Spergilkálssúfflé

Gerir: 8 skammta

HRÁEFNI:
- Tveir 10 aura pakkar af frosnu spergilkáli
- 3 egg
- Salt og pipar eftir smekk
- 1 msk Lauksúpa blanda
- ½ bolli majónes
- Smyrjið pönnuna
- 2 matskeiðar Matzah máltíð, skipt

LEIÐBEININGAR:
a) Eldið spergilkálið samkvæmt pakka leiðbeiningar. Tæmdu vandlega.
b) Setja til hliðar. Í blöndunarskál, þeytið eggin mjög vel með salti, pipar og lauksúpublöndu; bætið majónesi út í og haltu áfram að þeyta þar til það hefur blandast vel saman.
c) Hrærið soðnu spergilkálinu saman við.
d) Smyrjið 7 x 11½" bökunarform.
e) Dustið létt með 1 matskeið af matzah máltíðinni.
f) Hellið spergilkáli á pönnuna og stráið matzah máltíðinni yfir.
g) Bakið við 350° í 40-50 mínútur, eða þar til toppurinn er gullinn.

20. Reykt laxasúffléterta

Gerir: 6 sneiðar

Hráefni:
- ½ af 375 g pakkningu smjördeigi
- 50 g venjulegt hveiti, auk auka til að rykhreinsa
- 50 g smjör
- 300ml mjólk
- 3 stór egg, aðskilin
- börkur ½ sítróna
- 1 matskeið saxað dill, auk smá auka
- 100g pakki af reyktum laxasneiðum
- 150 g pakki af mulinn geitaosti, skorinn í teninga

LEIÐBEININGAR:

a) Hitið ofninn í 200C.

b) Fletjið deigið út á hveitistráðu yfirborði og notið það til að klæða 22 cm tertuform, látið umfram deigið liggja yfir brúnina.

c) Klæðið með bökunarpappír og bökunarbaunum og bakið blindt í 15 mínútur.

d) Fjarlægðu pappírinn og bakaðu í 10 mínútur í viðbót.

e) Setjið smjör, hveiti og mjólk á pönnu. Hitið, hrærið allan tímann þar til það er mjög þykk, mjúk sósu. Hrærið eggjarauðunum, sítrónuberki, dilli og kryddi saman við.

f) Þeytið eggjahvíturnar í hreinni skál með handþeytara þar til þær halda lögun sinni, blandið þeim síðan varlega saman við sósuna.

g) Rífið laxasneiðarnar í stóra bita og raðið helmingnum yfir botninn á tertu með helmingnum af geitaostinum.

h) Hellið soufflésósunni yfir og raðið svo afganginum af laxi og osti ofan á með smá auka dilli og svörtum pipar.

i) Bakið í 25-30 mínútur þar til þær eru uppblásnar og gullnar. Skerið brúnirnar á sætabrauðinu.

j) Flytjið enn í dósinni, eða á framreiðsludisk, vafinn með filmu.

21. Skinku cheddar graslauk soufflé

Gerir: 5 skammta

Hráefni:
- 3 matskeiðar ólífuolía
- ½ meðalstór laukur, skorinn í bita
- 1 ½ tsk hvítlaukur, saxaður
- 6 aura af skinkusteik, soðin og í teningum
- 1 msk smjör, til að smyrja ramekin
- 6 stór egg
- 1 bolli Cheddar ostur, rifinn
- ½ bolli Heavy Cream
- 2-3 matskeiðar ferskur graslaukur, saxaður
- ½ tsk Kosher salt
- ¼ tsk svartur pipar

LEIÐBEININGAR:

a) Forhitaðu ofninn þinn í 400F.

b) Undirbúið allt hráefnið þitt. Sneiðið 6 aura af soðinni skinkusteik, skerið ½ meðalstóran lauk í teninga, saxið 1 ½ tsk hvítlauk, rífið 1 bolla af cheddarosti og saxið 2-3 matskeiðar af ferskum graslauk.

c) Hitið ólífuolíu á pönnu. Þegar hann er orðinn heitur, bætið við lauknum og látið malla þar til hann er mjúkur.

d) Þegar hann er orðinn mjúkur, bætið þá við hvítlauknum og haltu áfram að steikja þar til hvítlaukurinn er léttbrúnn.

e) Bætið 6 eggjum, ½ bolli af þungum rjóma, söxuðum graslauk, ½ tsk salt og ¼ tsk pipar í skál.

f) Bætið öllu hinu hráefninu saman við, þar á meðal lauk og hvítlauk af pönnunni.

g) Blandið vel saman.

h) Bakið í ofni í 20 mínútur eða þar til það er stíft og léttbrúnað að ofan.

i) Látið kólna aðeins og berið fram!

22. Fasan soufflé

Gerir: 4 skammta

Hráefni:
- 1 bolli soðinn fasan í teningi
- 2 egg, aðskilin
- 1 bolli soðin hvít hrísgrjón
- ! c. ferskt brauðrasp
- ! c. sneið sellerí
- 1 bolli mjólk
- 1 tsk salt
- 1 tsk svartur pipar
- 1 tsk timjan

LEIÐBEININGAR : _

a) Þeytið eggjarauður og bætið öllu hráefninu saman við nema eggjahvíturnar. Þeytið eggjahvítur þar til þær eru stífar og blandið saman við blönduna.

b) Hellið í mikið smurt flatt eldfast mót eða 8 x 8 tommu fermetra fat.

c) Bakið við 350°F í um það bil 30 mínútur, eða þar til hnífur sem stungið er í miðjuna kemur hreinn út.

d) Skerið í ferninga og berið fram með sveppasósu.

23. Sellerí og ostasúfflé

Gerir: 2

HRÁEFNI:
- $1\frac{3}{4}$ bolli sellerí, afhýdd og skorin í teninga
- 2 egg úr lausagöngu
- $\frac{1}{2}$ bolli undanrenna 2% fitumjólk
- 1 matskeið maísmjöl
- 4 matskeiðar hálffeitur þroskaður ostur, rifinn
- 2 matskeiðar fínt rifinn parmesan
- $\frac{1}{4}$ tsk nýrifinn múskat
- $\frac{1}{4}$ tsk sjávarsalt, skipt
- $\frac{1}{4}$ tsk nýmalaður svartur pipar
- 2 sprey af ólífuolíuspreyi

LEIÐBEININGAR:
a) Forhitið ofninn í 170°C með blæstri, 375F, gasmerki 5. Smyrjið 2 ofnfastar ramekin að innan og setjið í eldfast mót.

b) Afhýðið selleríið og skerið í bita. Bætið þessu og $\frac{1}{8}$ teskeið af salti í pott af sjóðandi vatni og eldið í 4-5 mínútur þar til það er meyrt.

c) Hellið selleríinu og maukið í litlum matvinnsluvél þar til það er slétt, setjið síðan yfir í skál.

d) Ef þú átt ekki litla matvinnsluvél, stappaðu þá bara selleríið í skál með gaffli þar til það er slétt.

e) Kryddið selleríið með salti, pipar og nýrifnum múskat. Rífið ostinn og blandið honum saman.

f) Skiljið eggin að, setjið eggjahvíturnar í hreina skál og setjið eggjarauðurnar í skálina með selleríinu.

g) Þeytið eggjarauður út í sellerímaukið og setjið til hliðar.

h) Slakaðu á maísmjölinu með mjólkinni og helltu blöndunni í pottinn.

i) Hitið yfir meðalhita, þeytið allan tímann, þar til sósan þykknar, eldið síðan í eina mínútu til viðbótar.

j) Bætið 5 matskeiðum af rifnum ostablöndunni út í sósuna og þeytið þar til hún hefur bráðnað. Ekki hafa áhyggjur af því að sósan þín sé miklu þykkari en hellisósa myndi vera, þessi þykka sósa er rétt samkvæmni til að búa til souffléið.

k) Blandið ostasósunni saman við selleríblönduna.

l) Setjið suðupottinn.

m) Notaðu hreinan þeytara og þeytið eggjahvíturnar þar til þær mynda stífa toppa en þeytið ekki of mikið.

n) Eggjahvítan á að vera stíf og topparnir halda lögun sinni án þess að vera eftir fljótandi hvítt.

o) Notaðu spaða eða málmskeið og blandaðu 1 matskeið út í selleríblönduna til að létta hana.

p) Bætið síðan helmingnum af eggjahvítunni sem eftir er út í selleríblönduna.

q) Með léttum snertingu skaltu brjóta þetta hratt saman, skera í gegnum blönduna og snúa henni við, þar til allt er vel blandað en samt létt og loftgott.

r) Endurtaktu með afganginum af þeyttu eggjahvítunni. Hellið blöndunni jafnt á milli tilbúnu ramekinanna og stráið restinni af rifnum osti yfir.

s) Setjið ramekin í steiktu fatið og hellið varlega um 2,5 cm/1" af sjóðandi vatni í steiktu fatið, passið að skvetta ekki ramekinunum.

t) Setjið inn í ofn og eldið í 20-25 mínútur þar til soufflés eru vel lyftar og gullinbrúnar.

u) Berið fram beint af ramekininu og borðið strax!

24. Spínatsúfflé

Gerir: 4 skammta

HRÁEFNI:
- 4 matskeiðar ólífuolía
- 1 meðalgulur laukur, saxaður
- 4 bollar ferskt barnaspínat
- Salt og nýmalaður svartur pipar
- 1 pund þétt tófú, tæmt
- 1 bolli alhliða hveiti
- 1 tsk lyftiduft
- 1 bolli grænmetissoð
- 2 matskeiðar sojasósa

LEIÐBEININGAR:
a) Forhitið ofninn í 350°F. Smyrjið 3 lítra pottrétt eða kringlótt eldfast mót létt með olíu og setjið til hliðar. Í stórri pönnu, hitið 1 matskeið olíu yfir miðlungshita.

b) Bætið lauknum út í, lokið og eldið þar til hann er mjúkur, um það bil 10 mínútur. Hrærið spínatinu saman við og kryddið með salti og pipar eftir smekk.

c) Lokið og eldið þar til spínatið er visnað, um það bil 3 mínútur. Setja til hliðar.

d) Blandið tófúinu og lauk- og spínatblöndunni saman í matvinnsluvél og vinnið þar til það er blandað saman.

e) Bætið hveiti, lyftidufti, seyði, sojasósu og eftir 3 msk olíu saman við og vinnið þar til það er slétt.

f) Skafið blönduna í tilbúna pottinn og bakið þar til hún er orðin stíf, um 60 mínútur.

g) Berið fram strax með appelsínubitum.

25. Rófagræn soufflé

Gerir: 1 soufflé

Hráefni:
- 3 matskeiðar Parmesanostur; rifið
- 2 meðalstór rófur; eldað og afhýtt
- 2 matskeiðar Smjör
- 2 matskeiðar hveiti
- ¾ bolli kjúklingasoð; heitt
- 1 bolli rauðrófur; steikt
- ½ bolli Cheddar ostur; rifið
- 3 eggjarauður
- 4 eggjahvítur

LEIÐBEININGAR:
a) Smjör a 1 kv. Soufflé réttur; stráið parmesanosti yfir. Skerið soðnu rauðrófurnar í sneiðar og klæðið botninn á soufflé-forminu með þeim.

b) Bræðið smjörið í litlum potti, hrærið hveitinu út í, bætið heitu soðinu út í og haltu áfram að elda þar til það hefur þykknað aðeins, færið svo yfir í stærri skál. Grófsaxið rauðrófu og bætið út í sósuna ásamt Cheddar osti.

c) Í sérstakri skál, þeytið eggjarauður; blandaðu þeim saman við rauðrófublöndu. Þeytið eggjahvítur þar til þær mynda toppa. Brjótið saman í skál með öðru hráefni; blanda vel saman. Færið allt yfir í smurt souffléform. Stráið parmesanosti yfir.

d) Bakið við 350 F. í 30 mínútur, eða þar til souffléið er blásið og gullið.

26. Monterey Jack Soufflé

Gerir: 12

Hráefni:
- 1 pund pylsa, soðin
- 2 bollar rifinn Monterey Jack ostur
- 3 bollar skarpur Cheddar ostur, rifinn
- 1 bolli rifinn Mozzarella ostur
- ½ bolli mjólk
- 1 ½ bolli hveiti
- 1 ½ bolli kotasæla
- 9 egg létt þeytt
- ⅓ bolli bráðið smjör
- 1 dós Green Chiles lítil, skorin í teninga

LEIÐBEININGAR:

a) Dreifið ½ af bræddu smjöri í 9x13 pönnu.

b) Blandið saman restinni af hráefninu í stóra skál og hrærið vel.

c) Hellið í 9x13 pönnu.

d) Bakið við 375° í 50 mínútur eða þar til gullið og hnífurinn sem settur er í kemur hreinn út.

27. Rauðrófusofflé með piparrót

Gerir: 6

Hráefni:
SOUFFLÉ
- 300 g rauðrófur, stilkar fjarlægðir
- 1 tsk olía
- 30g smjör, auk 15g fyrir feiti
- 1-2 msk þurr hvít brauðrasp
- 30 g venjulegt hveiti
- 300ml mjólk
- 4 egg, aðskilin

PIPARRÉTUR OG CRÈME FRAÎCHE
- 100 g fitulítil crème fraîche
- 1½ msk rjómalöguð piparrót
- 1 sítróna, safi

LEIÐBEININGAR:
a) Hitið ofninn í 200°C/gasmark 6. Vefjið rauðrófunum hver fyrir sig í álpappír, dreypið olíu yfir og steikið í 1 klukkustund eða þar til þær eru mjúkar þegar teini er stungið í.

b) Á meðan er hráefninu fyrir piparrótina og sítrónukremið blandað saman og kryddað eftir smekk. Setjið til hliðar í ísskápnum til að leyfa bragðinu að þróast.

c) Bræðið 15 g af smjöri og penslið þetta í kringum 6 einstaka ramekin að innanverðu. Helltu brauðmylsnunni í hvern og halla þannig að botninn og hliðarnar séu húðaðar.

d) Þegar rauðrófan er ristuð, láttu þær kólna í 10 mínútur og fjarlægðu síðan hýðið. Setjið rauðrófurnar í blandara og blandið þar til þær eru sléttar.

e) Snúðu ofninn upp í 220°C/gasmark 8 og settu bökunarplötu í hann á neðsta þriðjungi ofnsins.

f) Bræðið 30 g af smjöri í litlum potti, bætið svo hveitinu út í og sjóðið í 1 mínútu. Takið af hellunni og bætið skvettu af mjólk út í og hrærið svo saman. Haltu áfram að bæta mjólkinni smám saman út í til að koma í veg fyrir að kekkir myndist, settu síðan aftur á hitann, láttu suðuna koma upp og eldaðu í 2 mínútur. Hellið þessu í stóra skál og látið kólna aðeins áður en maukuðu rauðrófunum og eggjarauðunum er bætt út í. Kryddið eftir smekk.

g) Peytið eggjahvíturnar í miðlungs/stífan toppa. Hrærið þriðjungi af eggjahvítunum í gegnum rauðrófublönduna með því að nota stóra málmskeið til að losa hana og bætið svo hinum eggjahvítunum út í. Brjótið þetta mjög varlega í gegn til að halda eins miklu magni og hægt er.

h) Flyttu þessa blöndu varlega yfir í tilbúnar ramekin og settu hana á forhitaða bökunarplötu. Eldið í 35-40 mínútur og berið svo fram með piparrótinni og sítrónucreme fraîche.

28. Maissoufflé

Gerir: 6 skammta

HRÁEFNI:
1 bolli gult maísmjöl
3 tsk lyftiduft
½ tsk Salt
½ pint sýrður rjómi
1 dós (15-16 oz.) maís í rjóma stíl
¾ bolli Wesson olía (má nota minna)
2 egg, þeytt með gaffli
1 lítil Ortega dós grænt chili, skorið í teninga Fullt af rifnum Tillamook osti

Blandið hráefnum í þriggja tommu djúpa pott. Toppið með rifnum osti. Bakið afhjúpað í 375 gráðu heitum ofni í 45 mínútur.

29. Rækjusúfflé

Afrakstur: 6 skammtar

Mæla Hráefni
- ½ pund Eldaðar rækjur
- 3 sneiðar Fersk engiferrót
- 1 matskeið Sherry
- 1 teskeið Soja sósa
- 6 Eggjahvítur
- ½ teskeið Salt
- 4 matskeiðar Olía
- 1 strik Pipar

a) Teninga soðnar rækjur og hakkað engiferrót; blandið síðan saman við sherry og sojasósu.
b) Þeytið eggjahvítur, með salti, þar til þær eru froðukenndar og stífar, en ekki þurrar. Blandið rækjublöndunni saman við.
c) Hitið olíu til að reykja. Bætið rækju-eggjablöndunni út í og eldið við miðlungsháan hita, hrærið stöðugt þar til eggin byrja að stífna (3 til 4 mínútur).

30. Chile-maís soufflé

Gerir: 6 skammta

HRÁEFNI:
- ¼ bolli smjör eða smjörlíki
- ¼ bolli hveiti
- 1 tsk Salt
- ¼ tsk Svartur pipar
- ½ tsk paprika
- 1 bolli Mjólk
- 4 egg; aðskilin
- 2 aura niðursoðinn grænn chiles í teningum
- 1 bolli Malaðir ferskir maískjarnar

LEIÐBEININGAR:
a) Bræðið smjör og blandið hveiti, salti, pipar og papriku saman við. Bætið við mjólk og eldið og hrærið þar til það er þykkt.
b) Þeytið eggjarauður létt, bætið litlu magni af heitri sósu út í, blandið saman og setjið blönduna aftur í heita sósu.
c) Eldið, hrærið, í nokkrar mínútur. Tæmið chili og bætið við sósuna. Hrærið maís saman við.
d) Þeytið eggjahvítur þar til þær eru stífar en samt rakar. Brjótið ⅓ af eggjahvítum saman við maísblönduna og blandið vel saman. Hrærið afgangnum af eggjahvítunum létt saman við.

e) Breyttu í ósmurðan 1-litra soufflérétt eða beinhliða pott.

f) Settu í pönnu með heitu vatni og bakaðu við 350F í um það bil 50 mínútur.

31. Bonaparte's retreat kornsúfflé

Gerir: 4 skammta

HRÁEFNI:
- 2 bollar heilkorna maís
- 1 bolli Mjólk
- 2 egg, þeytt
- 1 tsk Salt
- 2 matskeiðar Smjör
- 2 matskeiðar hveiti
- 2 matskeiðar Sykur

LEIÐBEININGAR:
a) Hitið ofninn í 350.
b) Blandið öllu hráefninu saman í eldfast mót, blandið vel saman. Bakið við 350 gráður í 30 mínútur.
c) Hrærið af og til.

32. Brauðbúðingssúfflé

Gerir: 1 skammt

HRÁEFNI:
- 2½ bollar brauðbúðingur; flott
- ¾ bolli sykur
- Dash Múskat
- 1 bolli Sykur
- 8 matskeiðar smjör; mýkt
- 5 egg; barinn
- 1 pint Þungt rjómi
- Dash kanill
- Smjör
- 6 eggjahvítur
- Dash Múskat
- 1 matskeið Vanilla
- ¼ bolli rúsínur
- 12 sneiðar Nýtt franskt brauð; 1 tommu þykkt

LEIÐBEININGAR:
a) SOUFFLÉ-Í hrærivél, þeytið eggjahvítur hægt. Bætið við sykri, þeytið stöðugt þar til marengsinn stendur í toppi. Blandið eggjahvítum og múskati varlega saman við brauðbúðinginn.

b) Þrýstið smjöri í botninn á souffléforminu og stráið sykri yfir. Fylltu fatið með marengs- og brauðbúðingi að hámarki. Bakið við 350~ í forhituðum ofni.

c) Takið út þegar souffléið er gullbrúnt. Berið fram með Bourbon sósu.

d) BRAUÐBÚÐING - Forhitið ofninn í 350~. Í stórri skál, kremið saman sykur og smjör. Bætið við eggjum, rjóma, kanil, vanillu, rúsínum, blandið vel saman. Hellið í 9" fermetra pönnu, 1-$\frac{3}{4}$" djúpt. Setjið pönnu í stærri pönnu fyllt með vatni $\frac{1}{2}$" frá toppnum. Hyljið með álpappír.

e) Bakið í 45 til 50 mínútur. Afhjúpaðu búðinginn síðustu 10 mínúturnar til að brúna toppinn. Þegar það er tilbúið ætti kremið að vera mjúkt, ekki stíft.

33. Spergilkálssúfflé

Gerir: 8 skammta

HRÁEFNI:
- 2 pakkar Frosið spergilkál; (10 oz hver)
- 3 egg
- Salt og pipar eftir smekk
- 1 msk Lauksúpa blanda
- ½ bolli majónes
- Smyrjið á pönnuna
- 2 matskeiðar Matzah máltíð, skipt

LEIÐBEININGAR:
a) Eldið spergilkálið samkvæmt leiðbeiningum á pakka. Tæmdu vandlega.
b) Setja til hliðar. Í blöndunarskál, þeytið eggin mjög vel með salti, pipar og lauksúpublöndunni; bætið majónesi út í og haltu áfram að þeyta þar til það hefur blandast vel saman. Hrærið soðnu spergilkálinu saman við. Smyrjið 7 x11½" bökunarform. Dustið létt með 1 msk. af matzah máltíðinni. Hellið spergilkáli á pönnuna og stráið toppnum yfir af matzah máltíðinni.
c) Bakið við 350° í 40-50 mínútur, eða þar til toppurinn er gullinn.

34. Chili ostsúfflé

Gerir: 4 skammta

HRÁEFNI:
- 4 matskeiðar ósaltað smjör; mýkt
- 4 matskeiðar sigtað alhliða hveiti
- 1 bolli heit mjólk
- 1 bolli skarpur cheddar ostur
- 2 matskeiðar saxaður ferskur jalapenos
- $\frac{1}{4}$ bolli saxaður laukur
- $\frac{1}{2}$ tsk Salt
- $\frac{1}{2}$ tsk nýmalaður svartur pipar
- 5 egg; aðskilin

LEIÐBEININGAR:

a) Hitið ofninn í 375 gráður. Smyrjið $1\frac{1}{2}$ lítra soufflérétt.

b) Látið suðuna koma upp í þykkbotna potti, passið að láta hana ekki brenna eða sjóða upp úr. Takið af hellunni og geymið.

c) Bræðið smjörið við vægan hita í öðrum potti. Bætið hveitinu saman við, hrærið með tréskeið, þar til það hefur blandast alveg saman.

d) Hellið ⅓ af mjólkinni í smjörblönduna og blandið henni alveg saman með þeytara áður en afganginum er bætt út í. Þegar allri mjólkinni hefur verið bætt við, haltu áfram að elda við vægan hita í 5 mínútur. Bætið ostinum út í heitu mjólkurblönduna og hrærið varlega.

e) Látið ekki sjóða í blöndunni því þá mun osturinn skilja sig. Hrærið jalapenó, salti og pipar út í og takið af hitanum. Látið vökvann kólna í 5 mínútur, bætið nokkrum matskeiðum af vökva út í eggjarauðurnar og hrærið saman. Bætið svo eggjarauðunum rólega út í osta- og mjólkurblönduna og hrærið með tréskeið.

f) Færið blönduna yfir í blöndunarskál og látið kólna alveg áður en souffléið er klárað. Þeytið eggjahvíturnar í blöndunarskál til stífar toppa.

g) Brjótið ⅓ af þeyttu hvítunum saman við ostablönduna og blandið síðan afganginum af hvítunum varlega saman við, passið að tæma ekki hvíturnar.

h) Hellið souffléblöndunni í souffléformið og bakið í 45 mínútur. Berið fram strax.

35. Porcini soufflé með sósu og hvítri truffluolíu

Gerir: 8 skammta

HRÁEFNI:
- 1½ únsa þurrkaðir sveppir eða shiitake sveppir
- 2 bollar sjóðandi vatn
- 1 matskeið ólífuolía plús
- 2 tsk ólífuolía
- 2 matskeiðar rifinn parmesanostur
- 3 hvítlauksrif; hakkað
- 1 skallottur; hakkað
- ¼ bolli maíssterkju
- 1 tsk Salt
- 6 eggjahvítur
- ¼ tsk rjómi af vínsteini
- 2 matskeiðar hvít truffluolía; valfrjálst

PARMESAN RJÓMASÓSA
- 1 hvítlauksrif; helmingaður
- 1 matskeið Smjör
- 1 matskeið hveiti
- 1 bolli Mjólk
- ¼ bolli rifinn parmesanostur

LEIÐBEININGAR:
a) Setjið þurrkaða sveppi í litla skál. Hellið sjóðandi vatni yfir og látið liggja í bleyti í 20 mínútur. Tæmdu sveppina, geymdu bleytivökva. Síið vökva í gegnum ostaklút.

b) Vinnið sveppi í matvinnsluvél eða blandara þar til bitarnir eru á stærð við rauðar piparflögur.

c) Smyrjið souffléform með 2 tsk ólífuolíu.

d) Stráið fatinu yfir með parmesan eins og að strá með hveiti. Hitið afganginn af 1 msk ólífuolíu yfir miðlungs lágan hita í lítilli pönnu.

e) Bætið hvítlauk og skalottlaukur út í og eldið, hrærið oft, þar til það er mjúkt og arómatískt, 3 til 5 mínútur. Bætið maíssterkju út í og þeytið smám saman $1\frac{1}{2}$ bolla fráteknum porcini vökva út í og bætið upp mismuninn með vatni ef þarf. Hækkið hitann í meðalháan og látið suðuna koma upp í vökva, hrærið stöðugt í. Sjóðið þar til það þykknar, um það bil 3 mínútur. Setjið blönduna í stóra skál.

f) Bætið við sveppum og salti. Látið blönduna kólna niður í stofuhita. Þeytið eggjahvítur og vínsteinsrjóma í stífa toppa. Brjótið $\frac{1}{4}$ af þeyttum eggjahvítum saman við sveppablönduna.

g) Setjið afganginn af þeyttum eggjahvítunum saman við. Hellið í souffléform og bakið við 325 gráður þar til þunnur málmprófari eða tannstöngull kemur hreinn út, um það bil 1 klst. Gerðu parmesan á meðan

h) Rjómasósa: Nuddaðu litla pönnu með afskornum brúnum af hvítlauksrifinu. Skildu negul eftir á pönnu. Bætið smjöri út í og bræðið við vægan hita.

i) Hrærið hveiti út í og eldið í 3 til 5 mínútur við mjög lágan hita. Hrærið mjólk út í; látið suðuna koma upp. Takið af hitanum og bætið osti út í, hrærið þar til bráðið.

j) Berið soufflé fram strax, toppið hvern skammt með parmesan rjómasósu og 1 tsk hvítri truffluolíu.

36. Ratatouille og chevre soufflé

Gerir: 1 soufflé

HRÁEFNI:
2 matskeiðar ólífuolía
1½ bollar Hægeldað óskrælt eggaldin
2 hvítlauksrif; hakkað
½ sæt rauð paprika; kjarnhreinsað fræ og skorið í teninga
3 Ansjósuflök smátt skorin
2 matskeiðar smátt saxaðir sólþurrkaðir tómatar, pakkaðir í olíu
1 tsk Hakkað ferskt rósmarín eða
¼ tsk þurrkað rósmarín auk viðbótar til að skreyta
3 matskeiðar ósaltað smjör
¼ bolli óbleikt alhliða hveiti
1½ bolli Mjólk
6 eggjarauður
6 aura Mjúk mild chevre, eins og Montrachet
Salt og pipar; að smakka
8 eggjahvítur; við stofuhita.
¼ tsk rjómi af vínsteini

LEIÐBEININGAR:
Hitið olíu á pönnu við meðalháan hita. Bætið eggaldin og hvítlauk út í og steikið í 5 mínútur. Bætið rauðri papriku út í og steikið í 5 mínútur í viðbót. Bæta við ansjósum og tómötum; steikið í 1

mínútu í viðbót. Hrærið 1 tsk. rósmarín og sett til hliðar.

Bræðið smjör í þungum meðalstórum potti við miðlungshita. Þegar smjör byrjar að freyða, bætið þá við hveiti og eldið, hrærið stöðugt í, í 1 mínútu. Hrærið mjólk smám saman út í og eldið, hrærið stöðugt, þar til hún er slétt og þykk.

Takið af hitanum og bætið við eggjarauðunum, einni í einu, þeytið vel eftir hverja viðbót. Bætið 4 aura af chevre saman við og hrærið þar til osturinn bráðnar. Hitið sósuna stutta stund við lágan hita ef hún er ekki nógu heit til að bræða ostinn. Hrærið eggaldinblöndunni út í, kryddið með salti og pipar og setjið til hliðar. Smyrjið 2 lítra soufflérétt.

Þeytið eggjahvítur og klípu af salti í hrærivélarskál þar til froðukennt er.

Stráið tartarkremi yfir og þeytið áfram þar til hvíturnar eru varla stífar og standa í mjúkum toppum. Ekki slá of mikið, því þær eiga ekki að vera þurrar. Blandið eggjahvítunum varlega í soufflébotninn.

Hellið deiginu varlega í tilbúna fatið. Stráið toppnum af chevre og viðbótar rósmaríni yfir.

Bakið við 400 F. þar til það er vel blásið og gullið, 30 til 40 mínútur. Berið fram strax.

37. rósakál soufflé

Gerir: 2 skammta

HRÁEFNI:
- 2 Hendur fullar af Brussel
- Spíra
- 2 tómatar
- 1 Laukur, smátt saxaður
- 1 tsk nautakraftur, instant
- 6 aura rifinn ostur
- Pipar
- Salt
- Múskat
- Paprika
- Cayenne pipar

LEIÐBEININGAR:
a) Hyljið rósakál með vatni og kryddið með salti, pipar og múskati. Setjið í örbylgjuofn og eldið á HIGH í 7 mínútur.
b) Blandið nautahakkinu saman við salti, pipar, papriku, cayennepipar og lauknum.
c) Steikið í smá olíu þar til allt er orðið fallega molað; bætið skrældum, skornum tómötum saman við. Lækkið hitann í lágan og bætið samstundissoði út í þegar tómatsafinn hefur gufað upp nógu mikið.

d) Setjið rósakálið og kjötblönduna í souffléform og stráið ostinum yfir.

e) Bakið í 200 C ofni í 15 mínútur þar til osturinn er farinn að brúnast.

38. Huevos ranchero pottréttasúfflé

Gerir: 12 skammta

HRÁEFNI:

1½ matskeiðar ósaltað smjör; mýkt
6 paprikur, um 6 tommur að lengd
12 egg; aðskilin
4 bollar rifinn Cheddar ostur
2 bollar ferskir eða frosnir maískornir
1 bolli Mjólk
2 jalapeno paprikur fræ og himnur fjarlægðar og söxaðar
1 tsk salt; eða eftir smekk
Nýmalaður svartur pipar
6 bollar Keypt eða heimabakað salsa heitt

LEIÐBEININGAR:

FORHITÐU OFN Í 450F. Smyrjið 9 x 13 tommu ofnþolið gler- eða leirfat. Skerið eftir endilöngu hverri papriku og fjarlægðu stilkinn, fræin og himnurnar, haltu paprikunum heilum. Fylltu meðalstóran pott eða pönnu til hálfs með vatni og láttu suðuna koma upp. Bætið paprikunni út í, látið suðuna koma upp aftur og eldið þar til paprikurnar eru aðeins mjúkar, um það bil 3 mínútur. Fjarlægðu þau og þurrkaðu þau mjög þurr með pappírshandklæði. Látið þær kólna alveg og klæddu síðan botninn á pottinum með þeim.

Skiljið eggin í 2 stórar skálar. Þeytið eggjarauðurnar þar til þær eru sléttar, hrærið síðan ostinum, maísnum, mjólkinni, jalapenó paprikunni og salti og svörtum pipar saman við. Þeytið hvíturnar þar til mjúkir toppar myndast, blandið þeim síðan saman við eggjarauðublönduna og hrærið varlega þar til þær eru næstum blandaðar.

Skafið blönduna í tilbúna fatið og setjið hana yfir á miðgrindina í forhitaðri ofninum. Bakið bara þar til eggin eru þokkuð og toppurinn er léttbrúnn, um 7 mínútur. Minnkaðu hitann í 325F og haltu áfram að elda þar til eggin eru bökuð í gegn en ekki þurr, 22 til 25 mínútur. Prófaðu með því að stinga hníf í miðjuna. Það ætti að koma næstum hreint út. Fjarlægðu pönnuna og láttu standa í nokkrar mínútur áður en potturinn er skorinn í 12 ferhyrninga. Berið hvern skammt fram með smá salsa ofan á.

39. Epli -hrísgrjónasúfflé

Gerir: 4 skammta

HRÁEFNI:
- ¾ bolli extra langkorna auðguð hrísgrjón
- 1 hvert egg, aðskilið, eða tvö egg
- hvítum
- 1 matskeið hunang
- sítrónubörkur úr 1/2 sítrónu
- 1 hvert epli, afhýtt og skorið í teninga
- ¼ bolli rúsínur
- ¼ tsk vanillu-, romm- eða brandyseyði

LEIÐBEININGAR:
a) Látið suðu koma upp í stórum potti af vatni.
b) Bætið hrísgrjónunum út í og eldið við meðalhita í 14 mínútur, eða þar til þær eru mjúkar.
c) Tæmið og skolið stuttlega með köldu vatni. setja til hliðar.
d) Setjið 1 af eggjahvítunum í litla skál og þeytið með rafmagnsblöndu þar til þær eru stífar.
e) Settu okið (eða afganginn af hvítu) í stóra skál.
f) Bætið hunangi og sítrónubörk út í.
g) Peytið með rafmagnshrærivél í um 3 mínútur.
h) Blandið hrísgrjónum, eplum, rúsínum og útdrættinum saman við.
i) Blandið þeyttu eggjahvítunni saman við. húðaðu 1½ lítra pottrétt með non-stick úða.

j) Bætið hrísgrjónablöndunni út í.
k) Bakið við 350 f í 25-30 mínútur, eða þar til stíft.
l) Berið fram heitt eða kalt.

40. Kjúklingasúfflé salat

Gerir: 6 skammta

HRÁEFNI:
- 1 hver 3-eyri pakki gelatín með sítrónubragði
- 1 bolli heitt vatn
- ½ bolli kalt vatn
- ½ bolli majónes
- 2 matskeiðar sítrónusafi, ferskur, frosinn eða niðursoðinn
- 1¼ tsk Salt 70's
- Dash Pepper
- 1½ bollar Hægeldaður, soðinn kjúklingur
- ½ bolli fínt skorið sellerí
- ⅓ bolli ristaðar, rifnar hvítaðar möndlur
- ¼ bolli hakkað pimiento
- ¼ bolli Hakkað græn paprika
- 1 tsk rifinn laukur

LEIÐBEININGAR:
a) Leysið gelatín upp í heitu vatni. Bætið við köldu vatni, majónesi, sítrónusafa, salti og pipar.

b) Þeytið með rafmagns- eða snúningsþeytara þar til það er blandað. Hellið í kæliskáp.

c) Kældu fljótt í frysti í 15 til 20 mínútur, eða þar til það er stíft um 1 tommu frá brúninni en mjúkt í miðjunni. Snúið í skál og þeytið þar til það er loftkennt. Blandið afganginum af hráefninu saman við.

d) Settu í 8½ x 4 ½ x 2 ½ tommu brauðform. Kældu þar til það er stíft. Unmold á beði af hrokkið endíví. Skreyttu toppinn með jólatré úr pimiento bitum.

41. Makkarónusúfflé

Gerir: 5 skammta

HRÁEFNI:
18 aura makkarónur
3 aura Gouda ostur
18 aura nautahakk
1 Laukur
1 dós maukaðir tómatar, litlir
1 pakki hvít sósa

LEIÐBEININGAR:
Eldið núðlurnar samkvæmt leiðbeiningum. 2. Steikið kjötið ásamt söxuðum lauknum og tómatpúrrunni á pönnu þar til kjötið er molað. Kryddið með salti og pipar eftir smekk. 3. Smyrjið soufflépönnu og blandið saman núðlum og kjöti til skiptis. 4. Gerið sósuna eftir leiðbeiningum og hellið yfir allt. 5. Eldið í 200 C ofni í 30 mínútur.

42. Núðlu- og sveppasufflé

Gerir: 4 skammta

HRÁEFNI:
- 9 aura núðlur
- 18 aura nautahakk
- 1 dós Sveppir
- 7 tómatar
- 1 blaðlaukur
- 1 pakki amerískar ostasneiðar
- 1 pakki Emmental ostasneiðar
- 4 egg
- 15 aura rjómi
- Frosinn graslaukur, eftir smekk
- 1 hvítlauksgeiri

LEIÐBEININGAR:
a) Skerið sveppi, blaðlauk og tómata í sneiðar.
b) Eldið núðlur í saltvatni samkvæmt leiðbeiningum.
c) Steikið nautahakkið með blaðlauknum og sveppunum í olíu í stutta stund, kryddið með salti, pipar og hvítlauk.
d) Fáðu þér soufflé pönnu og settu þannig út í; núðlur, tómatar, ostur, núðlur, tómatar, ostur.
e) Eyðublaðið ætti að vera aðeins $\frac{3}{4}$ fullt.
f) Blandið eggjum, rjóma, graslauk, pipar og salti saman við og hellið því jafnt yfir. Bakið í 200-220 C ofni í 45-50 mínútur.

43. Pistil- og ostrusúfflé

Gerir: 4 skammta

HRÁEFNI:
- 4 meðalstórir ætiþistlar
- 1 meðalstór sítróna, helminguð
- Oyster Soufflé Base
- Ostru sósa

LEIÐBEININGAR:
a) Skerið ætiþistlana og nuddið afskorna endana með sítrónu.
b) Slepptu ætiþistlunum í sjóðandi saltað vatn og eldið í 30 mínútur eða þar til botnarnir eru aðeins mjúkir og laufblað dragast út með aðeins örlítilli mótstöðu.
c) Takið kæfuna úr vatninu, mótið soðna þistilinn aftur og fyllið með soufflébotninum.
d) Forhitaðu ofninn þinn í 375 F.
e) Bakið í 20 mínútur eða þar til souffléið er stíft og brúnt.
f) Berið fram toppað með ostrusósu.

44. Aspas soufflé

Gerir: 4 skammta

HRÁEFNI:
¼ bolli smjör eða smjörlíki
¼ bolli hveiti
¼ tsk Salt
⅛ teskeið pipar
1 bolli Mjólk
4 egg; aðskilin
1 bolli fínt saxaður soðinn aspas; vel tæmd

LEIÐBEININGAR:
Gerðu slétt sósu með smjöri, hveiti og mjólk. Takið af hitanum og bætið við eggjarauðunum, blandið saman. Hrærið aspas saman við. Þeytið eggjahvítur þar til þær eru stífar; blandið varlega saman við blönduna. Bakið í smurðu 2 lítra bökunarformi (beint hlið) í forhituðum ofni í 30-40 mínútur við 375 gráður, eða þar til blásið er upp og hnífur sem settur er í kemur hreinn út. Berið fram í einu. Gerir 4 skammta. Annað grænmeti má koma í stað aspassins.

45. Avocado salatsúfflé

Gerir: 12 skammta

HRÁEFNI:
- 1 pakki (3-oz) lime gelatín
- 1 bolli heitt vatn
- 1 dós (20 oz) mulinn ananas; tæmd; varasafi
- 1 bolli Saxað avókadó
- ½ bolli saxaðar pekanhnetur
- 2 matskeiðar sítrónusafi
- ½ bolli majónes
- ½ bolli rjómi; þeyttur
- 1 klípa Salt

LEIÐBEININGAR:
a) Leysið upp gelatín í heitu vatni; látið kólna.
b) Bætið við sítrónusafa, ananasafa, majónesi og salti.
c) Blandið vel saman í hrærivél og leyfið að kólna þar til það þykknar.
d) Hellið í ísbakka í frysti í nokkrar mínútur.
e) Snúðu í blöndunarskál; þeytið þar til það er mjúkt. Blandið saman rjóma, avókadó, hnetum og ananas.
f) Hellið í mót.

46. Rófagræn soufflé

Gerir: 1 soufflé

HRÁEFNI:

3 matskeiðar Parmesanostur; rifið
2 meðalstór rófur; eldað og afhýtt
2 matskeiðar Smjör
2 matskeiðar hveiti
¾ bolli kjúklingasoð; heitt
1 bolli rauðrófur; steikt
½ bolli Cheddar ostur; rifið
3 eggjarauður
4 eggjahvítur

LEIÐBEININGAR:

Smjör a 1 kv. soufflé réttur; stráið parmesanosti yfir. Skerið soðnu rauðrófurnar í sneiðar og klæðið botninn á souffléforminu með þeim.

Bræðið smjörið í litlum potti, hrærið hveitinu út í, bætið heitu soðinu út í og haltu áfram að elda þar til það þykknar örlítið, færið svo yfir í stærri skál. Grófsaxið rauðrófu og bætið út í sósuna ásamt Cheddar osti.

Í sérstakri skál, þeytið eggjarauður; blandaðu þeim saman við rauðrófublöndu. Þeytið eggjahvítur þar til þær mynda toppa. Brjótið saman í skál með öðru hráefni; blanda vel saman. Færið allt yfir í smurt souffléform. Stráið parmesanosti yfir.

Bakið við 350 F. í 30 mínútur, eða þar til soufflé er blásið og gullið.

47. Butternut squash soufflé

Gerir: 8 skammta

HRÁEFNI:

- 2 bollar Butternut squash, soðið og maukað
- 1 bolli Mjólk
- 1 smjörlíkisstöng
- 1 bolli Sykur
- 3 egg
- Bragðbætt að vild

LEIÐBEININGAR:

a) Blandið öllu hráefninu saman og setjið í eldfast mót. Eldið við 350'F. í 40 mínútur.

b) Hrærið einu sinni við bakstur.

EFTIRLITUR

48. Súkkulaðiskýjasúfflé

Gerir: 5 skammta

HRÁEFNI:

- ⅓ bolli léttur rjómi 3 eggjarauður
- 1 hver 3-eyri pakki af Dash salti
- Rjómaostur 3 eggjahvítur
- ½ bolli hálfsætt
- Súkkulaðibitar
- 3 matskeiðar sigtaðar
- Sælgætissykur

LEIÐBEININGAR:

a) Blandið rjóma og rjómaosti saman við mjög lágan hita. Bæta við súkkulaðibitum; hitið og hrærið þar til bráðið. Flott. Þeytið eggjarauður og salt þar til þær eru þykkar og sítrónulitaðar. Blandið smám saman út í súkkulaðiblönduna. Þeytið eggjahvítur þar til mjúkir toppar myndast.

b) Bætið sykri smám saman út í, þeytið að stífum toppum; blandið súkkulaðiblöndunni saman við. Hellið í ósmurt 1 lítra souffléform eða pott.

c) Bakið í hægum ofni við 300 gráður í 45 mínútur eða þar til hnífurinn sem settur er í kemur hreinn út.

49. Súkkulaði soufflé kaka

Gerir: 8 skammta

HRÁEFNI:
- Nonstick jurtaolía
- Spray
- 14 matskeiðar Sykur
- ⅔ bolli Valhnetur - ristaðar
- ½ bolli Ósykrað kakóduft
- 3 matskeiðar Grænmetisolía
- 8 stór Eggjahvítur
- 1 klípa Salt
- Flórsykur

LEIÐBEININGAR:
a) Dreifðu pönnu og pappír með jurtaolíuúða.
b) Stráið pönnu með 2 matskeiðum af sykri. Myljið hnetur fínt með 2 msk af sykri í örgjörva.
c) Flyttu hnetublönduna yfir í stóra skál. Blandið saman við 10 matskeiðar af sykri og kakói, síðan olíu.
d) Notaðu rafmagnshrærivél, þeytið eggjahvítur og salt í stórri skál þar til mjúkir toppar myndast. Brjótið hvíturnar saman við kakóblönduna í 3 viðbótum.
e) Skeið deigi í tilbúna pönnu; sléttur toppur.

f)Bakið þar til kökurnar og prófunartæki sem stungið er í miðjuna kemur út með rökum mola áföstum, um 30 mínútur.

50. Jarðarberjasúfflé

Gerir: 6

HRÁEFNI:

- 18 aura fersk jarðarber, afhýdd og maukuð
- ⅓ bolli hrátt hunang
- 5 lífrænar eggjahvítur
- 4 tsk ferskur sítrónusafi

LEIÐBEININGAR:

a) Forhitaðu ofninn þinn í 350°F.

b) Blandið saman í skál jarðarberjamaukið, 3 matskeiðar af hunangi, 2 próteinum og sítrónusafanum og blandið þar til það er mjúkt og létt.

c) Í annarri skál, bætið afganginum af próteinum út í og þeytið þar til það er ljóst.

d) Blandið hunanginu sem eftir er saman við.

e) Hrærið próteinin varlega saman við jarðarberjablönduna.

f) Færið blönduna jafnt yfir í 6 ramekins og yfir á ofnplötu.

g) Eldið í um 10-12 mínútur.

h) Takið úr ofninum og berið fram strax.

51. Úkraínsk soufflé úr gufusoðnu káli

Gerir: 8 skammta

HRÁEFNI:

- 1 hver Hvítkál, stór, með ytri blöð heil
- 1 hver Laukur, stór, saxaður
- 4 matskeiðar Smjör
- $1\frac{1}{2}$ tsk salt
- $\frac{3}{4}$ bolli Mjólk
- $\frac{1}{2}$ tsk Rauð piparflögur
- 1 tsk hvítur pipar
- 1 tsk marjoram
- 3 eggjarauður
- 5 eggjahvítur
- 1 tsk Sykur
- $\frac{1}{2}$ hvert hvítlauksrif, saxað

LEIÐBEININGAR:

a) Kjarnið hvítkál og fjarlægið ytri blöðin. Blasaðu þessi stóru ytri blöð í sjóðandi vatni í 5 mínútur. Tæmið og setjið til hliðar. Kjarnhreinsið kálið, skerið í bita og setjið í stóran pott.

b) Hellið mjólkinni yfir kálið og látið malla í 25 mínútur eða þar til kálið er orðið meyrt. Steikið laukinn og hvítlaukinn í smjöri.

c) Blandið söxuðu kálinu, lauknum og hvítlauknum, smjörinu af suðunni, brauðmylsnu, eggjarauðunum og kryddunum saman við.

d) Þeytið eggjahvíturnar þar til þær eru stífar en ekki þurrar og blandið þeim síðan saman við blönduna. Dreifðu hvítkálsblöðunum á stórt ostaklút.

e) Hrúgðu fyllingarblöndunni í miðju laufanna.

f) Brjótið blöðin upp til að hylja fyllinguna. Berið hornin á ostaklútnum saman og bindið þau saman með snúru.

g) Settu þennan búnt varlega í sigti og settu sigti í djúpan pott yfir nokkra tommu af vatni.

h) Hyljið pottinn svo hann þéttist.

i) Látið suðu koma upp í pottinum og sjóðið í 45 mínútur.

j) Þangað til ostaklútið, hvolfið og fjarlægið ostaklútinn.

k) Berið fram með því að skera souffléið í báta.

52. Apríkósu- og pistasíusúfflé

Gerir: 6 - 8

HRÁEFNI:
- 3 matskeiðar Smjör
- 4 matskeiðar hveiti
- $1\frac{1}{2}$ bolli Mjólk
- 6 eggjarauður
- 8 eggjahvítur
- klípa Salt
- $\frac{1}{8}$ teskeið Tvísteinsrjómi
- $\frac{1}{2}$ Apríkósu og ananas sultu
- $\frac{1}{2}$ Apríkósu og ananas sultu
- $\frac{1}{4}$ tsk möndluþykkni
- 2 Möndluþykkni
- þeyttur rjómi
- þurrkaðar apríkósur, lagðar í bleyti
- skurnar pistasíuhnetur
- apríkósubrennivín
- sælgætissykur
- Malaðar pistasíuhnetur

LEIÐBEININGAR:
a) Forhitið ofninn í 400-F.
b) Bræðið smjörið og bætið hveitinu út í. Bætið mjólkinni út í og hrærið smám saman með vírþeytara til að fá þykka slétta sósu.

c) Bætið sykrinum út í. Takið af hellunni og bætið eggjarauðunum út í einni í einu.

d) Bætið við möndluþykkni, tæmdu, saxuðu apríkósunum, pistasíuhnetunum og valfrjálsu brandy. Þeytið eggjahvíturnar, með smá salti og vínsteinsrjóma, þar til þær eru stífar.

e) Blandið apríkósublöndunni saman við og setjið í smurt og sykrað 6 bolla souffléform. Setjið souffléið í ofninn og minnkið hitann strax í 375 F. Bakið í 25 mínútur.

53. Calendula soufflé

Gerir: 4 skammta

HRÁEFNI:

- 1 matskeið Smjör
- 2 matskeiðar parmesanostur
- 6 egg
- ½ bolli Hálft og hálft
- ¼ bolli rifinn parmesan
- 1 tsk tilbúið sinnep
- ½ tsk Salt
- ½ tsk cayenne
- 1 dash Múskat
- ½ pund Sharp Cheddar; skorið í litla bita
- 10 aura Rjómaostur; skorið í litla bita
- ½ bolli Calendula krónublöð

LEIÐBEININGAR:

a) Dreifið smjöri í 5 bolla souffléform. Stráið 2 msk parmesan yfir.

b) Þeytið egg, ¼ bolli af parmesan, hálft og hálft, sinnep, salt, cayenne og múskat í blandara þar til það er slétt. Á meðan mótorinn er enn í gangi skaltu bæta við Cheddar bita fyrir bita, síðan rjómaostinum. Hellið í tilbúið fat og hrærið í calendula petals.

c)Bakið í 45 til 50 mínútur við 375F, eða þar til toppurinn er gullinbrúnn og örlítið sprunginn. Berið fram strax, skreytið með fleiri calendula blómum.

54. Fall len sítrónu soufflé

Gerir: 1 skammt

HRÁEFNI:

- 3 stór egg; aðskilin
- 3 matskeiðar Sykur
- 1½ msk venjulegt hveiti
- 2 tsk Brædd smjör
- 100 ml af ferskum sítrónusafa
- 1 matskeið sítrónubörkur
- 190 ml mjólk
- 2 tsk bráðið smjör; aukalega
- 3 matskeiðar sykur; aukalega
- Fersk myntublöð
- Keyptur sorbet eða ís

LEIÐBEININGAR:

a) Hitið ofninn í 180c. og smjör sex soufflé rétti.
b) Stráið þeim extra sykri yfir og setjið til hliðar.
c) Peytið eggjarauður og sykur þar til þykkt og rjómakennt, bætið þá hveiti og smjöri út í og haldið áfram að þeyta þar til sykurinn er vandlega uppleystur.
d) Hrærið sítrónusafa, sítrónuberki og mjólk saman við og þeytið þar til deigið er slétt.
e) Í sérstakri skál, þeytið eggjahvíturnar þar til þær eru „frauðkenndar" og haltu síðan áfram að

þeyta á meðan sykrinum er bætt út í. Peytið á miklum hraða þar til eggjahvíturnar eru orðnar stífar og gljáandi.

f) Brjótið eggjahvíturnar saman við sítrónudeigið og skiptið svo deiginu jafnt á tilbúna souffléréttana.

g) Setjið souffléréttana í bökunarform og fyllið síðan með köldu vatni þar til vatnið er hálft upp á hliðar souffléréttanna.

h) Bakið þær við 180c. í 40 mínútur.

i) Þegar souffléin eru búin að bakast skaltu taka þær úr vatnsbaðinu og setja í ísskáp í að minnsta kosti 30 mínútur eða allt að 6 klukkustundir.

j) Til að bera fram, leyfðu þeim að ná stofuhita aftur, haltu síðan hníf í kringum brún hvers soufflés og hvolfið souffléinu á framreiðsludisk.

k) Stráið flórsykri yfir og skreytið með myntulaufum. Berið fram með þykkum rjóma eða ís ef vill.

55. Frosinn trönuberjasúfflé með spunnnum sykri

Gerir: 2 skammta

HRÁEFNI:
- 2½ bollar trönuber, valin yfir
- ⅔ bolli sykur
- ⅔ bolli Vatn

FYRIR ÍTALSKA MARENGSINN:
- ¾ bolli sykur
- ⅓ bolli Vatn
- 4 stórar eggjahvítur
- 2½ bollar Vel kælt þungt rjómi fyrir spunninn sykurkrans:
- ½ bolli Létt maíssíróp
- ¼ bolli sykur
- ½ bolli trönuber, tínd yfir
- Myntugreinar til skrauts

LEIÐBEININGAR:

a) Búið til trönuberjablönduna: Blandið saman trönuberjunum, sykrinum og vatninu í þungum potti og látið suðuna koma upp, hrærið þar til sykurinn er uppleystur. Látið blönduna malla, hrærið af og til, í 5 mínútur, eða þar til hún hefur þykknað, og látið kólna alveg.

b) Búið til ítalskan marengs: Blandið sykrinum og vatninu saman í litlum þungum potti og látið suðuna koma upp, hrærið þar til sykurinn er uppleystur.

Sjóðið sírópið, þvoið niður alla sykurkristalla sem loða við hliðina á pönnunni með pensli sem dýft er í köldu vatni, þar til það mælist 248 gráður F. á sælgætishitamæli og takið pönnuna af hitanum. Á meðan sírópið er að sjóða, í stóru skálinni í rafmagnshrærivélinni, þeytið eggjahvíturnar með klípu af salti þar til þær halda mjúkum toppum, og með mótorinn í gangi, bætið heitu sírópinu í straum, þeytið og þeytið marengsinn kl. miðlungshraða í 8 mínútur, eða þar til það kólnar niður í stofuhita.

c) Brjótið trönuberjablöndunni saman við marengsinn varlega en vandlega. Í annarri skál, með hreinsuðum þeytara, þeytið rjómann þar til hann heldur bara stífum toppum og blandið honum varlega en vandlega saman við trönuberjablönduna.

d) Skeið souffléinu í $2\frac{1}{2}$ qt. frystiheld gler framreiðsluskál, slétta toppinn og frysta souffléið, yfirborðið þakið plastfilmu, yfir nótt.

e) Búið til spunninn sykurkrans: Blandið saman maíssírópinu og sykrinum í litlum þungum potti, látið suðuna koma upp við vægan hita, hrærið þar til sykurinn er uppleystur og sjóðið sírópið þar til það er gyllt karamellu og mælist 320 gráður F. á sælgætishitamæli.

f) Á meðan sírópið er að sjóða, smyrjið létt á 12 tommu fermetra álpappír og raðið trönuberjunum í 6 tommu breiðan krans á það.

g) Takið pönnuna af hellunni og látið sírópið kólna í 30 sekúndur.

h) Dýfðu gaffli í sírópið og dreifðu sírópinu yfir trönuberin, endurtaktu þessa aðferð þar til trönuberin eru þakin og kransurinn myndaður.

i) Látið kransinn kólna alveg.

j) Kransinn má búa til með 2 klukkustunda fyrirvara - helst ekki á rökum degi - og geyma hann á köldum og þurrum stað.

k) Prjónið kransinn varlega úr álpappírnum, raðið honum á souffléið og skreytið hann með myntugreinunum.

56. Ísaðar apríkósu soufflés

Gerir: 5 skammta

HRÁEFNI:

- safi og fínt rifinn börkur af 1 appelsínu
- Tvö ¼-únsu umslög af óbragðbættu gelatíni
- 3 meðalstór egg, aðskilin, ásamt 2 hvítum til viðbótar
- ½ bolli ofurfínn sykur
- 1 tsk hreint vanilluþykkni
- 1 bolli þeyttur rjómi
- 4 matskeiðar Amaretto líkjör
- 1 bolli apríkósumauk
- ¾ bolli sólber
- 2 til 3 matskeiðar ofurfínn sykur

LEIÐBEININGAR:

a) Undirbúið 4 ramekins með því að vefja bandi af vaxpappír utan um hverja, sem er um það bil 2 tommur fyrir ofan brúnirnar; Festið með límbandi.

b) Smyrjið pappírinn og diskinn að innan.

c) Hitið appelsínusafann í litlum potti, stráið gelatíninu yfir og látið það leysast upp. Flott.

d) Setjið appelsínubörkinn, eggjarauður, sykur og vanillu í stóra skál.

e) Þeytið þar til virkilega þykkt, fölt og rjómakennt. Kælið aðeins.

f) Þeytið eggjahvíturnar í sérstakri skál þar til þær eru stífar og mynda næstum toppa. Þeytið rjómann í þriðju skál þar til hann er stífur og heldur lögun sinni.

g) Hrærið gelatínblöndunni ásamt Amaretto út í þeyttu eggjarauðurnar.

h) Þá er þeyttum rjómanum, apríkósumaukinu blandað saman við og að lokum eggjahvítunum.

i) Þegar það er létt en vandlega blandað, setjið í ramekins, sléttið toppana og frystið í 2 til 3 klukkustundir.

j) Til að búa til sósuna skaltu hita allar sólberin nema nokkrar í potti með sykrinum; elda í 4 til 5 mínútur.

k) Hellið í gegnum sigti til að fjarlægja öll fræ, ef vill, bætið síðan heilum sólberjunum á pönnuna. Setja til hliðar.

l) Til að bera fram skaltu taka ramekin úr frystinum 10 mínútum áður en þú borðar, afhýða pappírinn og gera gat í miðjuna á toppnum.

m) Hitið sósuna á síðustu stundu og hellið aðeins í miðjuna. Berið afganginn fram sérstaklega.

57. Grand marnier & appelsínu ísaður soufflé

Gerir: 8

HRÁEFNI:
- 4 stórar appelsínur
- ¼-aura umslag af óbragðbættu gelatíni
- 6 stór egg, aðskilin
- 1 bolli auk 2 matskeiðar ofurfínn sykur
- 4 til 6 matskeiðar Grand Marnier
- 2 matskeiðar sítrónusafi
- 1 ¾ bollar þeyttur rjómi, þeyttur
- 2 matskeiðar vatn
- fáir stilkar af rauðum rifsberjum

LEIÐBEININGAR:
a) Útbúið 7 tommu breitt, djúpt soufflé fat með því að vefja því inn í kraga úr tvöföldu vaxpappír sem kemur um 2 tommur fyrir ofan brúnina. Festið vaxpappírinn með límbandi.

b) Rífið börkinn af 2 appelsínum smátt og setjið til hliðar.

c) Kreistið nægan safa úr 2 eða 3 af appelsínunum til að búa til 1 bolla af safa.

d) Hitið appelsínusafann og hrærið síðan gelatíninu saman við.

e) Settu það til hliðar til að leysast upp eða settu það í litla skál yfir heitu vatni þar til það er alveg uppleyst.

f) Þeytið eggjarauður og 1 bolla af sykri þar til þykkt og rjómakennt.

g) Þeytið appelsínusafa, appelsínubörk, Grand Marnier og sítrónusafa út í.

h) Setjið til hliðar til að kólna en kælið ekki.

i) Þeytið eggjahvíturnar þar til þær eru stífar.

j) Brjótið þeim varlega saman við kældu appelsínu- og eggjarauðublönduna, fylgt eftir með þeyttum rjómanum, þar til þær eru vel samsettar.

k) Setjið með skeið í tilbúna souffléréttinn og frystið í nokkrar klukkustundir eða yfir nótt.

l) Skerið í þunnar sneiðar og helmingið afganginn af appelsínu og setjið á grunna pönnu eða pönnu með hinum 2 msk sykri og 2 msk vatni. Látið malla varlega þar til það er mjúkt, eldið síðan við háan hita þar til appelsínubitarnir byrja að karamellisera.

m) Kælið vel á blað af vaxpappír.

n) Til að bera fram skaltu fjarlægja pappírskragann varlega utan um souffléið og setja réttinn á framreiðsludisk.

o) Raðið karamelluðu appelsínubitunum ofan á souffléið og bætið við nokkrum stilkum af ferskum rauðum rifsberjum.

58. Spænsk pönnusúfflé

Gerir: 1

ÍRÁN

- 1 Box spænsk hrísgrjón
- 4 Egg
- 4 aura Saxaður grænn chili
- 1 bolli Vatn
- 1 bolli Rifinn ostur

LEIÐBEININGAR:

a) Fylgdu leiðbeiningunum á umbúðunum til að elda innihald öskjunnar.

b) Þegar hrísgrjónin eru tilbúin, þeytið restinni út í , fyrir utan ostinn.

c) Toppið með rifnum osti og bakið við 325°F í 30-35 mínútur.

59. Appelsínuhlaup soufflé

Gerir: 5 skammta

Hráefni:

- Sojamjólk, 6 bollar
- B olíukæld, $\frac{3}{4}$ bolli af vatni
- Appelsínuhlaupskristallar, 1 pakki, 90 g
- Heitt vatn, 1 bolli
- Mandarín appelsína, 60 g

LEIÐBEININGAR:

a) Blandið sojamjólk saman við áður soðið kælt vatn.
b) Hrærið vel og kælið í kæli.
c) Blandið hlaupkristöllum saman við heitt vatn.
d) Hrærið vel þar til kristallar leysast upp.
e) Hellið blöndunni í glerskál og látið kólna í frysti þar til blandan er næstum stíf.
f) Takið blönduna úr frystinum og þeytið hana með tilbúinni sojamjólk þar til blandan verður froðukennd.
g) Setjið blönduna aftur í kæli til að stífna.

60. Fjólublá soufflé

Gerir: 1 skammt

Hráefni:
- 9 aura af kornuðum sykri
- 8 eggjarauður
- 8 dropar af fjólubláum kjarna
- 12 sykurfjólur, muldar eða saxaðar
- 12 eggjahvítur
- 1 klípa Salt
- Smjör
- Kornsykur
- Sælgætissykur

LEIÐBEININGAR:
a) Peytið sykur og eggjarauða saman þar til það er fölt og þykkt.
b) Bætið við fjólubláum kjarna og niðursoðnum fjólum.
c) Peytið eggjahvítur með salti að stífum toppum. Brjótið saman.
d) Smyrjið souffléform að innan og hjúpið það með eins miklum sykri og festist við smjörið.
e) Hellið souffléblöndunni út í. Bakið í 15 mínútur við 400.
f) Stráið sælgætissykri yfir og setjið aftur í ofninn í 5 mínútur í viðbót.
g) Berið fram heitt.

61. Pistasíusúfflé með pistasíuís

Gerir: 6

Hráefni
FYRIR ÍSINN
- 4 stór egg, aðskilin
- 100 g gylltur flórsykur
- 300ml tvöfaldur rjómi
- 2 matskeiðar pistasíumauk

FYRIR SOUFLÉIÐ
- brætt smjör, í réttina
- 3 msk flórsykur, auk auka fyrir réttina
- 3 stór egg, aðskilin
- 1 matskeið maísmjöl
- 1 matskeið venjulegt hveiti
- 250ml nýmjólk
- 2 matskeiðar pistasíumauk

LEIÐBEININGAR:

a) Gerðu ísinn daginn áður. Þeytið eggjahvíturnar að stífum toppum með rafmagnsþeytara, þeytið síðan sykurinn smám saman út í og þeytið eftir hverja útsetningu þar til þú hefur sléttan, gljáandi marengs.

b) Notaðu sömu þeytarana og þeytið rjómann með pistasíumaukinu til mjúkra toppa.

c) Brjótið rjómann og eggjarauðuna í gegnum marengsinn, setjið skeið í ílát og frystið í sex klukkustundir, eða yfir nótt.

d) Til að búa til soufflés, penslaðu sex ramekin að innan með bræddu smjöri og húðaðu þær síðan með flórsykri.

e) Þeytið eggjarauður með 2 msk af sykri, hveiti og klípu af salti. Hitið mjólkina með pistasíumaukinu þar til það er rétt að gufa, þeytið stanslaust og hellið vökvanum yfir eggjarauðublönduna.

f) Hreinsaðu mjólkurpönnuna, helltu svo blöndunni aftur út í, farðu aftur á hita og eldaðu í 2-3 mínútur þar til hún er eins og þykk vanilósa. Takið af hitanum og hyljið yfirborðið með matarfilmu þar til þarf.

g) Þegar tilbúið er að borða, hitið ofninn í 200°C og setjið ofnplötu á efstu hilluna til að hitna.

h) Notaðu rafmagnsþeytara, þeytið eggjahvíturnar í meðalstífar toppa og þeytið síðan afganginn af sykrinum út í.

i) Blandið stórri skeið af eggjahvítunum saman við pistasíublönduna og blandið svo restinni varlega saman við.

j) Skiptið á milli ramekinanna og hlaupið síðan hnífhníf um efri brún hvers ramekins.

k) Færið yfir á heita ofnplötuna og eldið í 8-12 mínútur þar til það hefur lyft sér vel.

l) Berið fram strax toppað með pistasíuís.

62. Frönsk hvít súkkulaðisúfflé

Gerir: 6 skammta

Hráefni
- 9 matskeiðar kornsykur, skipt
- 5 matskeiðar alhliða hveiti
- ¼ teskeið salt
- 5 aura hvítt súkkulaði, smátt saxað
- 3 stórar eggjarauður, stofuhita
- 6 stórar eggjahvítur, stofuhita
- ¼ tsk rjómi af vínsteini
- 1 tsk hreint vanilluþykkni
- 1 klapp ósaltað smjör
- Sælgætissykur, til að rykhreinsa
- Fersk hindber, til skrauts

LEIÐBEININGAR:
a) Forhitaðu ofninn í 375 F.
b) Smyrjið stóran soufflérétt og stráið ¼ bolla af strásykri yfir; settu tilbúna réttinn til hliðar.
c) Hrærið saman salti, alhliða hveiti og ¼ bolli sem eftir er ásamt 1 matskeið af sykri; setjið blönduna til hliðar.
d) Bræðið hvíta súkkulaðibitana í hitaþolinni skál eða tvöföldum katli yfir varla sjóðandi vatni, hrærið stöðugt í súkkulaðinu til að brenna það ekki.

e) Þegar súkkulaðið er bráðið, takið skálina af hitanum og hrærið eggjarauðunum saman við þar til blandan hefur blandast vel saman.

f) Í sérstakri skál, þeytið eggjahvíturnar með rjóma af tartar á meðalháum hraða þar til þær halda mjúkum gljáandi toppum.

g) Haltu áfram að þeyta eggjahvíturnar á miklum hraða, bætið vanillu út í og bætið svo salt-hveiti-sykri smám saman út í þar til eggjahvíturnar halda stífum gljáandi toppum.

h) Hrærið 1/3 af eggjahvítunum varlega út í súkkulaðiblönduna og blandið síðan afganginum af þeyttu eggjahvítunum varlega saman við.

i) Súkkulaðiblandan á að vera jafnlituð og ljós og freyðandi, án eggjahvítustrikja eða marmara.

j) Hellið souffléblöndunni í tilbúna réttinn og leyfið henni að hvíla, þakið, í allt að 30 mínútur eða bakið strax í 25 til 30 mínútur þar til souffléið hefur lyft sér með skorpu að utan.

k) Berið souffléið fram með flórsykri ef vill.

63. Eplasúfflé með saltkaramellusósu

Gerir: 6-7

Hráefni
- Bráðið smjör til smurningar
- 4½ cox epli, afhýdd, kjarnhreinsuð og skorin í fjórða
- 150 g dökkur muscovado sykur
- ¾ tsk malaður kanill
- 1 vanillustöng, skorin í tvennt eftir endilöngu, fræin skafin út
- 3 meðalstór lausagöngu egg, aðskilin
- 8-10 svampfingur
- 3 matskeiðar calvados
- 75 g gylltur flórsykur
- Flórsykur til að dusta

FYRIR SALTUKARAMELLU SÓSTU
- 300ml stakt krem
- 1 vanillustöng, skorin í tvennt eftir endilöngu, fræin skafin út
- 190 g gylltur flórsykur
- 225 g saltað smjör, í teningum

LEIÐBEININGAR:
a) Hitið ofninn í 200°C/180°C blástur/gas 6. Penslið brætt smjör yfir allt innan á ramekinunum. Setjið eplin í eldfast mót, stráið muscovadosykrinum og kanilnum yfir, bætið

vanillufræunum og frænum út í, eldið síðan í 45 mínútur, hrærið af og til, þar til þau eru mjúk.

b) Fjarlægðu vanillustöngina, helltu eplum og öllum safa í matvinnsluvél og þeyttu síðan saman í mauk. Bætið eggjarauðunum út í, þeytið og setjið svo yfir í blöndunarskál. Snúðu ofninn í 220°C/200°C blástur/gas 7.

c) Á meðan skaltu búa til saltkaramellusósuna. Setjið rjóma, vanillufræ og fræbelg í pott og látið suðuna koma upp. Hitið stóra pönnu yfir miðlungsháan hita og bætið 190 g gylltum flórsykrinum saman við, skeið í einu, leyfið hverri viðbót að bráðna áður en sú næsta er bætt út í. Kúla þar til það myndar djúpa gulbrúna karamellu.

d) Fjarlægðu vanillustöngina úr rjómanum, helltu því síðan yfir karamelluna, þeyttu við meðalhita þar til það hefur verið blandað saman.

e) Þeytið smjörið út í, stykki fyrir stykki, til að mynda gljáandi sósu. Halda hita.

f) Brjóttu svampfingurna í 1-2 cm bita og settu þá í botninn á ramekinunum.

g) Dreifið calvados yfir. Settu bökunarplötu í ofninn til að hita upp.

h) Setjið eggjahvíturnar í hreina blöndunarskál. Þeytið að stífum toppum með rafmagnshrærivél, bætið síðan 75 g af gylltu flórsykrinum út í einni skeið í einu, þeytið aftur að stífum toppum eftir hverja útsetningu, þar til allur sykurinn hefur verið innifalinn.

i) Blandið skeið af marengsnum út í eplamaukið til að losna og brjótið maukinu varlega saman við marengsinn með því að nota stóra málmskeið í átta talsins hreyfingu.

j) Skiptið á milli ramekinanna. Notaðu pallettuhníf til að jafna toppana, haltu síðan oddinum á borðhnífnum utan um hverja soufflé.

k) Setjið ramekin á heita bökunarplötuna í ofninum.

l) Bakið í 12-15 mínútur þar til þær eru orðnar gylltar og gylltar en samt með smá sveiflu í miðjunni.

m) Stráið flórsykri yfir og berið svo fram strax með karamellusósunni.

64. Kæld sítrónusúfflé

Gerir: 8

Hráefni

- 4 gelatínblöð
- Fínt rifinn börkur og safi úr 3 óvaxnar sítrónum
- 6 meðalstór lífræn egg, aðskilin
- 300 g gylltur flórsykur
- 425ml þeyttur rjómi

LEIÐBEININGAR:

a) Taktu 24 cm langan bökunarpappír og brjóttu í 3, bindðu það síðan í kringum 1 lítra beina souffléform, þannig að pappírinn nái 2-4 cm fyrir ofan toppinn. Setja til hliðar.
b) Leggið matarlímsblöðin í bleyti í miklu köldu vatni og setjið til hliðar.
c) Á meðan skaltu setja sítrónubörkinn og safa, eggjarauður og sykur í stóra hitaþolna skál. Látið suðu koma upp í pott af vatni og slökkvið svo á hitanum.
d) Setjið skálina yfir pönnuna með heitu vatni og passið að botn skálarinnar snerti ekki vatnið.
e) Notaðu rafmagnshandþeytara og þeytið sítrónublönduna í um það bil 5 mínútur þar til hún er þykk og ljós á litinn.
f) Hitið 2-3 matskeiðar af vatni á lítilli pönnu, svo það hylji bara botninn.

g) Þegar það er heitt, kreistið umframvatnið úr bleytu gelatíninu, sleppið blöðunum í pönnuna og takið pönnuna strax af hellunni. Hrærið þar til það er leyst upp, þeytið síðan út í þykkna sítrónublönduna. Takið skálina af pönnunni og setjið til hliðar til að kólna alveg.

h) Í hreinni skál, þeytið eggjahvíturnar í mjúka toppa. Þeytið þeytta rjómann í annarri hreinni skál þar til hann þykknar mjúklega.

i) Blandið þeyttum rjómanum saman við sítrónublönduna þar til engar leifar af hvítu eru eftir, blandið síðan eggjahvítunni út í, aftur þar til engar leifar af hvítu eru eftir.

j) Hellið í tilbúna fatið og kælið í að minnsta kosti 4 klukkustundir eða þar til það er stíft.

k) Til að bera fram skaltu fjarlægja strenginn og pappírskragann varlega utan um souffléið.

65. Brennt peru- og gráðostasúfflé

Gerir: 2 - 3

Hráefni
- Handfylli af þurrkuðum brauðrasp
- 2 fastar eftirréttaperur, 1 afhýdd, 1 óafhýdd, í fjórða
- 50 g smjör
- 2 tsk mjúkur púðursykur
- 4 ferskir timjangreinar, auk 2 aukalega
- Reykt salt
- 1½ msk venjulegt hveiti
- 125 ml nýmjólk, hituð
- 2 stór lausagönguegg, aðskilin
- 75 g rjómalögaður gráðostur, mulinn

FYRIR BIRLAUFASALATIÐ
- 1 sígóría, blöðin aðskilin
- ½ fennel pera, þunnar sneiðar
- Handfylli af karsa og rakettulaufum
- Handfylli af valhnetum, gróft saxaðar

FYRIR KLÆÐINU
- 1½ msk extra virgin ólífuolía
- 1 tsk Dijon sinnep
- 2 tsk hvítvínsedik

LEIÐBEININGAR:
a) Stráið brauðmylsnu í smurða bökunarformið, snúið við til að húða að innan. Hitið ofninn í 200°C.

b) Setjið allar perusneiðarnar á pönnu við háan hita með 25 g af smjörinu, sykrinum, skvettu af vatni og timjaninu.

c) Látið suðuna koma upp, lækkið svo hitann aðeins og eldið í 15-20 mínútur eða þar til það er mjúkt og karamellukennt.

d) Kryddið með reyktu salti og möluðum svörtum pipar. Setjið til hliðar til að kólna aðeins.

e) Á meðan hitarðu afganginn af smjörinu á pönnu. Þegar það freyðir, hrærið hveitinu út í og eldið í 3-4 mínútur, hrærið með spaða, þar til það er kexlykt.

f) Takið pönnuna af hitanum og þeytið heitu mjólkinni út í þar til hún er mjúk. Látið malla varlega í 3-4 mínútur, hrærið þar til slétt og þykkt.

g) Takið pönnuna af hellunni og blandið eggjarauðunum og helmingnum af gráðostinum saman við. Setjið helming af perunum í tilbúna fatið.

h) Í hreinni hrærivélarskál, þeytið eggjahvíturnar með rafmagnshrærivél þar til þær halda meðalstífum toppum.

i) Blandið 1 matskeið af eggjahvítunni í eggjarauðublönduna til að losa hana, blandið síðan varlega en rösklega afganginum saman við með málmskeið.

j) Hellið í fatið og toppið með ostinum sem eftir er.

k) Bakið í 18-20 mínútur þar til það er uppblásið en með smá sveiflu.

l) Á meðan skaltu henda salathráefnunum saman við perurnar sem eftir eru.

m) Þeytið hráefnin í dressinguna, hellið yfir salatið og kryddið með svörtum pipar.

n) Berið souffléið fram strax, stráð yfir auka timjan, ásamt salati og smá brauði ef vill.

66. Banana kakó soufflé

Gerir: 5 skammta

Hráefni
- 2 þroskaðir bananar, saxaðir
- 5 eggjahvítur
- 100 g flórsykur, auk auka til að dreifa
- Mýkt smjör, til að pensla
- ½ bolli kakó, sigtað, auk auka til að dusta
- Súkkulaðisósa, til að bera fram

LEIÐBEININGAR:
a) Hitið ofninn í 220°C.
b) Setjið bananana í blandara og þeytið þar til þeir eru maukaðir. Setja til hliðar.
c) Setjið eggjahvítur í skál hrærivélar með þeytara og þeytið þar til þær eru mjúkar. Með mótorinn í gangi, bætið sykrinum smám saman út í þar til eggjahvíturnar eru orðnar þykkar og loftkenndar og sykurinn hefur leyst upp. Blandið bananamaukinu varlega saman við þar til það hefur blandast saman.

67. Mokka Soufflé s

Gerir: 5 skammta

Hráefni
- ⅓ bolli kakóduft
- 1 matskeið skyndikaffi
- 100 g flórsykur, auk auka til að strá yfir
- 6 eggjahvítur
- Klípa af rjóma af tartar
- Flórsykur til að dusta

LEIÐBEININGAR:
a) Hitið ofninn í 190°C.
b) Setjið kakóið og kaffið á pönnu með ⅓ bolla af köldu vatni og hrærið við lágan hita þar til það er uppleyst. Hækkið hitann í meðalháan og látið malla í 2 mínútur, látið síðan kólna í 5 mínútur.
c) Smyrjið fjóra 1 bolla soufflédiska eða koparpotta og stráið að innan með flórsykri að innan og hristið umframmagn af.
d) Þeytið eggjahvíturnar í hrærivél þar til mjúkir toppar myndast.
e) Bætið flórsykrinum og vínsteinsrjómanum rólega út í og þeytið áfram þar til stífir toppar myndast.
f) Blandið smá eggjahvítu varlega saman við mokkablönduna, bætið svo blöndunni út í eggjahvíturnar sem eftir eru og blandið saman svo að eins mikið loft sé í blöndunni og hægt er.

g) Fylltu hvern soufflérétt eða pott að ofan.

h) Setjið á bökunarplötu og bakið í 12 mínútur eða þar til lyftist upp.

i) Setjið heita rétti á diska, stráið flórsykri yfir og berið fram strax.

68. Hindberjasúfflé

Gerir: 6

Hráefni:
- 1-2 msk ósaltað smjör, mjúkt
- 50 g flórsykur, auk auka til að strá yfir
- 6 eggjahvítur
- Flórsykur, til að dusta

ÁVINTAGRÖNUR
- 500 g fersk hindber
- 125 g flórsykur
- 1 matskeið maísmjöl

LEIÐBEININGAR:
a) Til að búa til ávaxtabotninn, vinnið ber í matvinnsluvél þar til það er slétt mauk.
b) Setjið mauk og sykur í pott á meðalhita, hrærið til að leysa upp sykur.
c) Blandið maísmjöli saman við 1 matskeið af vatni.
d) Þegar berjablandan er komin að suðumarki, lækkið hitann í lágan og hrærið maísmjölsblöndunni út í.
e) Peytið í 1 mínútu, takið síðan af hitanum og kælið þar til það er alveg kólnað.
f) Penslið botnana á sex 250 ml souffléréttum með mjúka smjörinu og penslið síðan hliðarnar með strokum upp á við.
g) Kældu þar til stíft, endurtaktu síðan.

h) Stráið réttum sykri yfir, takið út umframmagn og kælið síðan aftur þar til þörf er á.

69. Súkkulaði Marshmallow Soufflé

Gerir: 6 skammta

Hráefni:
- 3 matskeiðar smjör
- 3 matskeiðar hveiti
- ¼ teskeið salt
- 1 bolli mjólk
- ¼ bolli sykur
- 3 aura ósykrað súkkulaði, rifið
- 30 marshmallows
- 3 eggjarauður, þeyttar
- 1½ tsk vanilla
- 3 eggjahvítur, stífþeyttar
- Þeyttur rjómi

LEIÐBEININGAR:

a) Bræðið smjör í potti. Hrærið hveiti og salti saman við.

b) Bætið við mjólk og eldið við vægan hita, hrærið stöðugt þar til þykkt og slétt.

c) Bætið við sykri, súkkulaði og marshmallows og hrærið þar til marshmallowið er bráðnað.

d) Takið af hitanum og bætið eggjarauðunum og vanilludropunum hægt út í. Blandið vel saman. Flott.

e) Þegar eggjahvíturnar eru kólnar er blandað saman við súkkulaðimarshmallowblönduna.

f) Hellið í pott eða souffléform, setjið í pönnu með sjóðandi vatni og bakið í 350 gráðu heitum ofni í eina klukkustund eða þar til það hefur stífnað.
g) Berið fram heitt eða kalt með þeyttum rjóma.

70. Ís Kiwi Soufflé

Gerir: 4 skammta

Hráefni:
- 9 Kiwi
- safi úr 1 sítrónu
- 2 eggjahvítur
- 6 matskeiðar sykur
- 100 millilítra af kókosrjóma
- 200 ml af þeyttum rjóma

LEIÐBEININGAR:
a) Afhýðið kiwi og skerið 1 í þunnar sneiðar. Saxið afganginn af kívínum gróft.
b) Maukið söxuðu bitana með sítrónusafa og sykri og setjið 4 matskeiðar til hliðar.
c) Peytið eggjahvíturnar og blandið saman við kívímaukið og skeiðið í glös.
d) Settu í frysti og hrærðu á 15 mínútna fresti með gaffli til að brjóta upp stóru ískristallana.
e) Blandið 4 matskeiðum af kiwi mauki saman við kókosmjólk.
f) Peytið rjómann og blandið honum saman við blönduna.
g) Þegar sorbetinn byrjar að frjósa skaltu búa til smjörpappírshringi í kringum efri hluta glösanna um 3 cm á hæð.

h) Fylltu hvert glas af kókoskreminu ofan á sorbetið og frystið í 2 klst.

i) Takið út 15 mínútum áður en borið er fram og látið þiðna í stutta stund.

j) Skreytið með kiwi sneiðum og berið fram.

71. Súkkulaðisoufflés með perum

Gerir: 4

Hráefni:
- 4 perur
- 3 aðskilin egg
- 65 g alhliða hveiti
- 100 g saxað dökkt súkkulaði
- 50 g sykur
- 1 appelsínubörkur
- 3 g dökkt kakóduft
- 50 ml, nýmjólk
- Smjör
- lífrænt
- Sykur
- lífrænt

LEIÐBEININGAR:
a) Hitið ofninn í 375°F, smyrjið ramekins með smjöri og stráið sykri yfir.
b) Blandið saman mjólk, kakói, appelsínuberki og 25 g sykri. Setjið í pott og látið suðuna koma upp.
c) Takið af hellunni og takið appelsínubörkinn út. Bætið súkkulaðinu út í og leyfið því að bráðna.
d) Þeytið eggjahvítuna með smá salti þar til hún er stíf og blandið afganginum af sykrinum smám saman út í.

e)Hrærið eggjarauðunum og hveiti út í brædda súkkulaðið.

f)Blandið þeyttum eggjahvítunum saman við og flytjið blönduna yfir í tilbúnar ramekin.

g)Settu peru í hverja ramekin og settu ramekins í stórt, ofnfast mót.

h) Fylltu fatið með 2-3 cm af heitu vatni og settu það í ofninn. Bakið í 25-30 mín.

i) Takið úr ofninum og berið fram strax.

72. Grand Marnier soufflé

HRÁEFNI:
- 1/3 bolli smjör
- 3/4 bolli hveiti
- 1/2 tsk salt
- 1 1/2 bolli mjólk
- 5 egg, aðskilin
- 3 eggjahvítur
- 1 bolli sykur
- 2 matskeiðar sítrónusafi
- 1 tsk rifinn sítrónubörkur
- 1/2 bolli Grand Marnier

a) Smyrjið 2 lítra souffléform létt og stráið sykri yfir. Skerið ræma af vaxpappír eða filmu sem er um það bil 30 tommur að lengd og 6 tommur á breidd - nógu löng til að skarast um að minnsta kosti 2 tommur þegar það er vafið utan um fatið.

b) Brjótið það í tvennt eftir endilöngu, smyrjið síðan aðra hliðina með smjöri og stráið sykri yfir. Bindið pappírinn sem kraga utan um soufflé-réttinn, sykraða hliðinni inn, þannig að hann nái að minnsta kosti 2 tommur fyrir ofan fatið. Festið endana á kraganum með bréfaklemmu eða beinum nælum.

c) Bræðið smjör við vægan hita í potti -- látið það ekki brúnast. Takið af hitanum, bætið við hveiti og salti og blandið þar til slétt.

d) Bætið mjólkinni út í, smá í einu og hrærið stöðugt í. Hitið aftur, hrærið stöðugt, þar til það er þykkt og slétt. Þetta er best gert með þeytara. Takið af hitanum. Skiljið eggin að. Setjið eggjahvítur til hliðar.

e) Þeytið 5 eggjarauður þar til þær eru þykkar. Bætið heitri rjómasósu út í, lítið magn í einu, þeytið stöðugt þar til allri sósunni hefur verið bætt út í og blandan er rjómalöguð vanilósa. Setjið til hliðar til að kólna.

f) Forhitið ofninn í 350F. Þeytið allar átta eggjahvíturnar þar til mjúkir toppar myndast þegar þeytaranum er lyft varlega. Bætið sykri smám saman út í og þeytið stöðugt þar til stífur marengs myndast.

g) Þeytið sítrónusafa smám saman út í, nokkra dropa í einu. Hrærið sítrónuböknum og Grand Marnier út í eggjablönduna og hrærið vel. Bætið öllu í einu út í eggjahvíturnar, brjótið vel saman með snöggum, léttum strokum.

h) Hellið í soufflé fatið og setjið réttinn á pönnu sem inniheldur einn tommu af heitu vatni.

i) Bakið í eina klukkustund. Taktu úr ofninum og fjarlægðu pappírskragann varlega.

j) Berið fram í einu, réttið upp með stórri skeið.

73. Hlynsírópssúfflé

Gerir: 2

HRÁEFNI:
- 1/2 bolli flórsykur 70 g
- 2 tsk lyftiduft 10 ml
- 1 bolli hlynsíróp 250 ml
- 4 eggjahvítur

Forhitið ofninn í 375F 190C
Þeytið eggjahvíturnar.
Bætið sykri og lyftidufti hægt út í og snúið rólega við með spaða.
Bætið hlynsírópinu hægt út í og snúið við með spaða.
Smyrjið souffléform með smjöri.
Bakið við 375F (190C) í 30 mínútur.
Berið fram strax.

74. Appelsínugult soufflé

Gerir 1 3/4 bolla.

HRÁEFNI:
- 3 matskeiðar smjör
- 1/4 bolli alhliða hveiti
- þjóta salt
- 2/3 bolli mjólk
- 1 tsk fínt rifinn appelsínubörkur
- 1/3 bolli appelsínusafi
- 4 eggjarauður
- 4 eggjahvítur
- 1/4 bolli sykur
- Appelsínusósa

a) Festu smurða og sykraða álpappírskraga við 2 lítra soufflé fat; setja til hliðar.
b) Bræðið 3 matskeiðar af smjöri í litlum potti. Hrærið hveiti og salti saman við.
c) Bæta við mjólk; eldið og hrærið þar til það er þykkt og freyðandi. Fjarlægðu af hitanum; hrærið appelsínuberki og safa saman við. Í lítilli hrærivélarskál þeytið eggjarauður í um það bil 5 mínútur eða þar til þær eru þykkar og sítrónulitaðar. Hrærið appelsínublöndunni smám saman út í þeyttar eggjarauður. Þvoið þeytara vandlega.

d) Í stórri hrærivélarskál þeytið eggjahvíturnar í mjúka toppa. Bættu smám saman við
e) sykur, þeyttur í stífan toppa. Blandið appelsínublöndunni saman við eggjahvíturnar. Snúðu í ósmurt soufflé fat. Bakið í 325F ofni í 60 til 65 mínútur eða þar til hnífur sem stungið er inn nálægt miðjunni kemur hreinn út. Berið fram strax með appelsínusósu. Gerir 8 skammta.
f) Appelsínusósa: Í meðalstórum potti blandið saman 1/2 bolli af sykri, 2 matskeiðar maíssterkju og ögn af salti. Hrærið 1 1/2 bolla appelsínusafa út í. Eldið og hrærið þar til það er þykkt og freyðandi. Eldið 2 mínútur í viðbót. Fjarlægðu af hitanum; hrærið 1 msk smjöri út í. Berið fram heitt.

75. Eplasúfflé

Gerir: 6 skammta

HRÁEFNI:

2 matskeiðar smjör (eða marg.)
2 matskeiðar hveiti, til allra nota
¼ bolli Mjólk
1½ bolli eplamósa
4 eggjarauður; barinn
⅓ bolli Brauðrasp, mjúkt
½ tsk Salt
⅛ teskeið kanill, malaður
⅓ bolli sykur
1 matskeið sítrónusafi; nýkreistur
4 eggjahvítur; harðlega barinn
1 tsk maíssterkja
1½ matskeiðar Sykur
⅔ bolli eplasafi

Bræðið smjör. Blandið hveiti saman við; hrærið mjólk og eplamauk út í. Eldið við lágan hita þar til það þykknar, hrærið stöðugt í. Flott. Hrærið eggjarauður saman við eplamauksblönduna. Bætið við brauðmylsnu, salti, kanil, sykri og sítrónusafa. Hrærið eggjahvítunum saman við. Hellið í smurða 1-½ lítra pott og setjið í pott með heitu vatni. Bakið við 300 gráður í 1 klst.

Undirbúið sósu á meðan soufflé er að bakast. Blandið saman maíssterkju og sykri og bætið út í eplasafa. Eldið þar til það þykknar, hrærið stöðugt í.

Berið fram með volgri soufflé.

76. Apríkósu soufflé

Gerir: 2 skammta

HRÁEFNI:
¾ bolli Þungur rjómi
2¼ teskeiðar hveiti
¼ bolli sykur, auk til viðbótar til að rykhreinsa soufflérétt
8 stórar ferskar aprikósur; 4 í teningum, 4 í sneiðar
1 tsk Kirsch
3 X-stór egg, aðskilin við stofuhita
Klípa rjóma af tartar
1 tsk Smjör
Sælgætissykur

Hitið ofninn í 450 F. Blandið saman rjóma, hveiti, ¼ bolli af sykri og hægelduðum aprikósum í stórum potti. Látið suðuna koma upp við meðalhita og eldið, þeytið þar til þykkt, um 3 mínútur. Takið af hitanum, bætið kirsch út í og þeytið síðan einni í einu eggjarauðunum út í.

Þeytið eggjahvítur í óviðbragðsblöndunarskál þar til froðukennt; bæta við rjóma af tartar; haltu áfram að slá þar til það er orðið mjög stíft.

Smyrjið lítið souffléform (6½" þvermál, 2½" djúpt), stráið sykri yfir og dreifið ¼ bolla af apríkósublöndu á botninn. Bætið um það bil þriðjungi af eggjahvítunum við apríkósublönduna sem eftir er; brjóta varlega saman. Endurtaktu, blandaðu varlega saman afgangnum af eggjahvítum í tveimur lotum. Ekki ofblanda. Hellið apríkósublöndunni yfir í souffléformi.

Gakktu úr skugga um að ofngrind sé nægilega lág til að souffléið geti lyft sér 2" fyrir ofan brún fatsins. Bakið soufflé þar til það er léttbrúnað ofan á, 12-15 mínútur. Dustið ríkulega með sælgætissykri og raðið sneiðum apríkósum ofan á. Berið fram strax. (Soufflé heldur áfram að elda meðan það hvílir; byrjaðu að borða að utan og vinnðu þig inn í miðjuna.)

77. Bökuð súkkulaðibúðingssúfflé með bönunum

Gerir: 2 skammta

HRÁEFNI:

3 aura bitursætt súkkulaði eða hálfsætt súkkulaði, saxað
¼ bolli þeyttur rjómi
2 eggjarauður, stofuhita
1 tsk kaffilíkjör
½ tsk kanill
1 lítill banani
3 eggjahvítur, stofuhita
3 matskeiðar Sykur
Flórsykur
Vanilluís, valfrjálst

Forhitið ofninn í 425F. Smjör grunnt 4 bolla sporöskjulaga gratínpönnu. Dustið með sykri. Bræðið súkkulaði með rjóma í tvöföldum katli yfir varla sjóðandi vatni; hrærið þar til slétt. Fjarlægðu ofan af vatni.

Þeytið eggjarauður strax út í, síðan líkjör og kanil. (Hægt að undirbúa 4 klukkustundir á undan. Þrýstu plastfilmu á yfirborðið til að koma í veg fyrir að húð myndist. Áður en þú heldur áfram skaltu hræra yfir varla kraumandi vatni þar til það er rétt heitt að snerta.) Raðið banananasneiðum á tilbúna pönnu. Þeytið hvíturnar þar til mjúkir toppar myndast. Bætið við 3 msk. sykur og þeytið þar til það er stíft en ekki þurrt. Brjótið $\frac{1}{4}$ af hvítum í súkkulaði til að létta; Blandið afganginum af hvítunum varlega saman við.

Dreifið varlega yfir bananasneiðar. Bakið þar til það er blásið og aðeins fjaðrandi að snerta, um 10 mínútur. Stráið flórsykri yfir. Berið fram með ís.

78. Banana súkkulaðibitasúfflé

Gerir: 1 skammtur

HRÁEFNI:
3 stórar eggjahvítur
⅓ bolli sykur
2 þroskaðir bananar; (um 6 aura hver)
2½ matskeiðar Miniature hálfsætar súkkulaðiflögur

Forhitið ofninn í 450 gráður og smyrjið létt sex ¾ bolla ramekin (3½ tommur í þvermál og 1 ½ tommur á hæð).

Þeytið hvíturnar í skál með hrærivél þar til þær halda bara mjúkum toppum og þeytið sykur smám saman út í þar til marengs heldur stífum toppum.

Rífið banana gróft á marengs og blandið súkkulaðibitum varlega saman við marengs.

Raðið ramekinum á bökunarplötu og skiptið blöndunni jafnt á milli þeirra, raðið henni í miðjuna. Keyrðu hníf í kringum hliðar ramekins, losaðu blönduna til að hjálpa til við að lyfta sér og bakaðu soufflés í miðjum ofni þar til þau eru blásin og gullinbrún, um það bil 15 mínútur. Berið soufflés fram strax.

79. Svartur og hvítur bananasúfflé

Gerir: 6 skammta

HRÁEFNI:
2 pakkar gelatín, óbragðbætt
4 bollar mjólk; kalt, skipt
3⅝ aura Pudding blanda, súkkulaði hneta
⅛ teskeið kanill, malaður
2 bollar Rjómi, þungur; skipt
3⅝ aura Pudding blanda, vanillu
1 stór banani, þroskaður
¼ tsk Múskat, malaður
Súkkulaði, rakað
Piparmyntustangakonfekt, mulið
Banani sneiðar

Mýkið 1 umslag gelatín í ¼ bolla af kaldri mjólk. Útbúið súkkulaðihnetubúðing samkvæmt leiðbeiningum á pakka með því að nota 1-¾ bolla af mjólk. Notaðu heitan búðing til að leysa upp gelatín. Hrærið kanil út í og kælið. Þeytið bolla af þungum rjóma og blandið saman við kalda súkkulaðiblönduna. Hellið í 1-lítra soufflé fat og kælið þar til það er stíft. Umhverfisdisk með álpappírskraga, hækkar borðið um 1-½ tommu. Límband á sínum stað eða bindið með bandi.

Mýkið það sem eftir er af gelatíni í ¼ bolla af kaldri mjólk. Undirbúið vanillubúðing samkvæmt leiðbeiningum á pakka, notið 1-¾ bolla af kaldri mjólk. Notaðu heita búðingsblöndu til að leysa upp gelatín. Maukið bananann vandlega og blandið saman við múskat. Þeytið afganginn af rjómanum og blandið saman við banana-búðingblönduna; kólna aðeins. Hellið ofan á súkkulaðilagið; slappað af. Rétt áður en borið er fram, stráið súkkulaðikrullum eða muldu piparmyntukonfekti yfir, ef vill, og fjarlægið álpappírskragann.

80. Svartskógur soufflé

Gerir: 1 skammtur

HRÁEFNI:
- 16 aura sýrð kirsuber,
- Tæmd (geymir vökva)
- 5 matskeiðar Brandy (valfrjálst)
- 4 ferningur (1oz hver) bakstur
- Súkkulaði
- 2 umslög óbragðbætt
- Gelatín
- 3 egg, aðskilin
- 1 dós (14oz) sætt þétt
- Mjólk
- 1½ tsk vanilla
- 1 bolli Milnot

Saxið kirsuber og marinið í brandy (eða kirsuberjavökva). Leggið matarlím í bleyti í ½ bolli kirsuberjasafa. Þeytið eggjarauður örlítið; blandið sætri mjólk og gelatíni út í. Hitið við lágan hita þar til gelatín leysist upp; bætið súkkulaði út í og hitið þar til bráðnar og blandan þykknar aðeins. Hrærið í kirsuber og vanillu; kælið þar til blandan hrúgast aðeins þegar hún er sleppt úr skeiðinni. Þeytið Milnot og eggjahvítur þar til blandan heldur stífum toppum.

Blandið gelatínblöndunni saman við. Hellið í 1 lítra soufflé fat með 3" kraga. Kælið þar til það er stíft, nokkrar klukkustundir eða yfir nótt. Fjarlægið kragann; skreytið með kirsuberjum, súkkulaðikrullu eða þeyttu áleggi.

81. Blandara soufflé

Gerir: 4 skammta

HRÁEFNI:
8 aura skarpur cheddar ostur
1 tsk Salt
10 brauðsneiðar, smurðar/tengdar
4 egg
2 bollar Mjólk
1 tsk franskt rjóma sinnep
(Getur komið í stað $\frac{1}{2}$ t af þurru sinnepi) Skerið ost í bita. Blandið öllu hráefninu saman í blandara. Kveiktu á miklum hraða þar til það er vel blandað.

Bakið í smurðri, afhjúpuðu, 1-$\frac{1}{2}$ qt potti í 1 klukkustund við 350 gráður.

82. Blintz soufflé

Gerir: 8 skammta

HRÁEFNI:
- 8 aura rjómaostur; mýkt
- 2 bollar Kotasæla, lítill ostur
- 2 eggjarauður
- 1 matskeið Sykur
- 1 tsk vanilluþykkni
- 6 egg
- 1½ bolli sýrður rjómi
- ⅔ bolli sykur
- 2 matskeiðar maíssterkju
- 1 dash kanill, malaður
- 1 dash Múskat, malaður
- U.þ.b. Eldunartími: 1:15
- ½ bolli appelsínusafi
- ½ bolli smjör; mýkt
- 1 bolli hveiti
- ⅓ bolli sykur
- 2 tsk lyftiduft
- 1 tsk appelsínubörkur; rifið
- 1 bolli; Vatn
- 1 bolli bláber; ferskur
- 2 matskeiðar sítrónusafi

Blintzes: Sameina osta, eggjarauður, 1 T sykur og vanillu í lítilli skál; þeytið á meðalhraða í rafmagnshrærivél þar til það er slétt.

Setjið blönduna til hliðar.

Sameina 6 egg, sýrðan rjóma, appelsínusafa og smjör í ílátinu á rafmagnsblöndunartæki; blandið þar til slétt. Bætið við hveiti, ⅓ bolla af sykri, lyftidufti og appelsínubörk; blandið þar til slétt. Hellið helmingnum af deiginu í smurt 13"x9"x2" eldfast mót. Hellið rjómaostablöndu jafnt yfir deigið og dreifið varlega með hníf. Hellið afganginum af deiginu yfir rjómaostablönduna. Bakið við 350° í 50 til 60 mínútur, eða þar til það er blásið og gullið. Berið fram strax.

Bláberjasósa: Blandið saman sykri, maíssterkju, kanil og múskat í þungum potti. Hrærið vatni smám saman út í. Eldið við meðalhita, hrærið stöðugt í, þar til blandan nær að sjóða. Sjóðið 1 mínútu; hrærið bláberjum og sítrónusafa saman við. Berið fram heitt.

83. Gráðostasúfflé

Gerir: 6 skammta

HRÁEFNI:
- 1 Umslag óbragðbætt gelatín
- 2 matskeiðar kalt vatn
- 4 matskeiðar sætt smjör
- 4 aura Rjómaostur
- 4 aura gráðostur - mildaður
- 1 egg - aðskilið
- 1 tsk Dijon sinnep
- ½ bolli Þungur rjómi - þeyttur
- Gráðostasufflé

a) Mýkið gelatínið í köldu vatni, hrærið síðan varlega við lágan hita til að leysast upp. Notaðu matvinnsluvél eða rafmagnshrærivél, þeytið saman smjör og osta, bætið við eggjarauðu, sinnepi og gelatíni.
b) Þeytið eggjahvítu þar til þær eru stífar EN EKKI þurrar og blandið varlega saman við blönduna.
c) Blandið svo þeyttum rjóma saman við. Útbúið 1 bolla soufflé fat með olíubættum vaxpappír eða filmu. Festið við fatið með bandi.
d) Hellið blöndunni í réttinn þannig að hún komi upp yfir hliðarnar og upp á kragann.
e) Kældu í nokkrar klukkustundir eða yfir nótt.

f) Fjarlægðu kragann og berið fram með kex eða hráu grænmeti.

84. Bláberja sítrónu soufflé baka

Gerir: 4 skammta

HRÁEFNI:
3 bollar bláber, tínd yfir
1 matskeið mínútu tapióka
6 matskeiðar kornsykur
3 stór egg, aðskilin
7 matskeiðar Ofurfínn sykur
$\frac{1}{4}$ bolli Auk 3 matskeiðar ferskar
Sítrónusafi (4 sítrónur)
Rifinn börkur af 2 sítrónum
$\frac{1}{8}$ teskeið Salt
1 Bakað flögubakaskel

Hitið ofninn í 400 gráður. Í óvirkum potti skaltu henda bláberjunum með tapioca og kornsykri. Látið sitja í 5 til 10 mínútur, hrærið einu sinni eða tvisvar, til að mýkja tapioca. Eldið við miðlungs háan hita, hrærið af og til, þar til blandan er komin upp. Takið af hitanum. Hellið í ryðfríu stálsíu sett yfir skál. Geymið tæmd safann.

Þeytið eggjarauðurnar með 4 matskeiðum af ofurfínum sykri með rafmagnshrærivél þar til þær eru ljósar og þykkar, um það bil 2 mínútur. Þeytið sítrónusafann smám saman út í og síðan börkinn. Flyttu blönduna yfir í pott sem ekki hvarfast og eldið við lágan hita, hrærið stöðugt með gúmmíspaða, þar til hún þykknar, um það bil 8 mínútur; ekki sjóða.

Skafið í skál og setjið til hliðar á grind til að kólna. Álag.

Notaðu hreina þeytara og þeyttu eggjahvíturnar þar til þær freyða. Bætið salti og þeytið þar til mjúkir toppar myndast. Bætið hinum 3 msk offínum sykri út í, $\frac{1}{2}$ matskeið í einu, þeytið vel eftir hverja viðbót. Þeytið á miklum hraða þar til hvíturnar eru gljáandi en ekki þurrar, um 20 sekúndur lengur. Notaðu gúmmíspaða til að hræra þriðjungi af þeyttu hvítunum í eggjarauðublönduna. Blandið hvítunum sem eftir eru varlega saman við. Setjið bláberin með skeið í bakaða flögubökuskelina og dreypið $2\frac{1}{2}$ msk af tæmdum safa yfir þau. Settu souffléblönduna yfir berin; dreift varlega til að hylja berin, snertið bökuskorpuna allt í kring. Bakið í miðjum ofni í um 15 mínútur, þar til toppurinn er fallega brúnaður. Færið bökuna yfir á grind til að kólna aðeins. Berið fram heitt eða við stofuhita.

85. Brownie soufflé með myntukremi

Gerir: 12 skammta

HRÁEFNI:

- ⅔ bolli þeyttur rjómi
- 3 aura hvítt súkkulaði; smátt saxað
- ¼ teskeið rommþykkni; eða eftir smekk
- 1 pakki Pillsbury Rich & Moist Brownie Mix
- ½ bolli Vatn
- ½ bolli Olía
- ½ tsk myntuþykkni (valfrjálst); eða meira eftir smekk
- 4 egg; aðskilin
- Flórsykur
- Myntugreinar; til skrauts

a) Úðaðu 9 eða 10 tommu springformi með nonstick eldunarúða.
b) Örbylgjukrem á háu í 45-60 sekúndur eða þar til það er orðið heitt. Bætið við hvítu súkkulaði og myntuþykkni; hrærið þar til súkkulaðið er bráðið.
c) Kælið í að minnsta kosti eina klukkustund eða þar til það er vel kælt.
d) Á meðan, í lge. skál, blandið saman brownie blanda, vatni, olíu, myntu þykkni og eggjarauður; slá 50 högg með skeið. Þeytið eggjahvítur í lítilli skál þar til mjúkir toppar myndast. Blandið smám

saman í brownie blönduna. Hellið deiginu í úðaða pönnu.

e) Bakið við 375° eða þar til miðjan er næstum stíf. Kælið í 30 mínútur. (Miðja mun sökkva örlítið.) Stráið flórsykri ofan á kökuna.

f) Rétt áður en borið er fram, þeytið kældan myntukrem þar til mjúkir toppar myndast. Skerið kökuna í báta; toppið hvern fleyg með myntukremi. Skreytið með myntufjöðrum.

86. Carob-mokka soufflé

Gerir: 4 skammta

HRÁEFNI:
- 2 matskeiðar mjúkt smjör
- 1 matskeið óbleikt hvítt hveiti
- ⅓ bolli Mjólk
- 4 matskeiðar hunang
- 2 matskeiðar Carob duft
- 1 msk Kaffilíkjör eða kornkaffi
- 1 tsk vanilluþykkni
- 1 matskeið örvarrótarduft
- 2 matskeiðar appelsínusafi
- 2 eggjahvítur

a) Forhitaðu ofninn í 375 gráður F. Notaðu 1 matskeið af smjörinu, smyrðu létt 4 vanilósabolla.
b) Bræðið afganginn af smjörinu í litlum potti yfir meðalhita. Hrærið hveiti út í og eldið í 2 mínútur, hrærið stöðugt í. Hellið mjólk út í og eldið þar til blandan þykknar.
c) Takið af hitanum og bætið hunangi, karobdufti, kaffilíkjör og vanillu út í. Blandið arrowroot saman við appelsínusafa og bætið út í karobblönduna.
d) Þeytið eggjahvítur þar til stífir toppar myndast. Brjótið saman við karobblönduna og hellið í

tilbúna vanilósabolla. Settu vanilósabolla í grunna ofnpönnu og fylltu með heitu vatni upp í hálfa hæð pönnu.

e) Bakið soufflé þar til það er örlítið blásið og fjaðrandi (15 til 20 mínútur). Látið kólna og berið fram.

87. Bill a mel eplahnetusúfflé

Gerir: 10 skammta

HRÁEFNI:

2 umslag óbragðbætt gelatín
10 matskeiðar púðursykur - skipt
3 egg -- aðskilin
3 bollar Mjólk
2 epli, afhýdd, kjarnhreinsuð og saxuð
2 matskeiðar smjör eða smjörlíki
1½ tsk vanilluþykkni
1½ bolli þungur rjómi - þeyttur
½ bolli pekanhnetur - saxaðar

Í meðalstórum potti blandið gelatíni saman við 8 msk sykur; blandið saman við eggjarauður þeyttar með mjólk. Látið standa í 1 mín. Setjið yfir lágan hita og hrærið þar til gelatínið er alveg uppleyst, um það bil 5 mínútur. Bætið við eplum, smjöri og vanillu; haltu áfram að elda, hrærið stöðugt í, í 5 mínútur eða þar til eplin eru mjúk. Hellið í stóra skál og kælið, hrærið af og til, þar til blandan hrúgast aðeins þegar hún er sleppt úr skeið.

Þeytið eggjahvítur í meðalstórri skál þar til mjúkir toppar myndast; Bætið smám saman hinum 2 msk sykri út í og þeytið þar til það er stíft. Brjótið eggjahvítur, síðan þeyttan rjóma og pekanhnetur saman við gelatínblönduna. Breyttu í 1-qt soufflé fat með 3-tommu kraga eða 2-qt skál; kælið þar til það er stillt. Fjarlægðu kraga; skreytið, ef vill, með viðbótar eplum og pekanhnetum.

88. Kastaníusúfflé

Gerir: 4 skammta

HRÁEFNI:
4 eggjarauður
1 bolli ósykrað kastaníuhnetumauki
⅓ bolli sykur
3 matskeiðar Mjólk
1 matskeið Brandy
4 eggjahvítur
Ósykraður þeyttur rjómi

Í lítilli hrærivélarskál þeytið eggjarauður þar til þær eru þykkar og sítrónulitaðar, um það bil 5 mínútur; setja til hliðar. Í lítilli hrærivélarskál þeytið maukið, sykur, mjólk og brandí þar til það er slétt. Þeytið eggjarauður saman við þar til þær eru vel blandaðar. Þvoið þeytara vandlega. Í stórri hrærivélarskál þeytið eggjahvítur þar til stífir toppar myndast.
Blandið þeyttu hvítunum saman við kastaníublönduna. Breyttu í ósmurt 1½ lítra souffléform. Bakið í 350F ofni í 35 til 40 mínútur. Berið fram strax. Toppið með ósykruðum þeyttum rjóma.

89. Súkkulaði piparmyntu soufflés

Gerir: 8 skammta

HRÁEFNI:
- 3 matskeiðar ósaltað smjör
- 5 stórar eggjarauður
- 3 matskeiðar hveiti
- 6 stórar eggjahvítur
- 1 bolli 2% léttmjólk
- ¼ tsk rjómi af vínsteini
- ¼ tsk Salt
- ⅓ bolli Piparmyntu sælgæti; mulið
- piparmyntu sælgæti; (um 3 aura)
- 6 aura hálfsætt súkkulaði; hakkað
- ½ bolli Vatn
- ⅔ bolli sykur
- 1 tsk vanillu-súkkulaði-piparmintusósa---
- 1 bolli þeyttur rjómi
- 1 bolli piparmyntu sælgæti; mulið
- ¼ bolli Vatn
- 6 aura hálfsætt súkkulaði; hakkað

a) Hitið ofninn í 400 ¼. Smjör átta 1 ¼ bolli soufflé diskar. Stráið sykri yfir; hristu út umfram. Setjið blöð á stóra bökunarplötu. Bræðið smjör í meðalstórum potti við meðalhita. Bætið hveiti við. Þeytið þar til blandan er slétt og loftbólur, um 2 mínútur. Hækkið hitann í meðalháan.

b) Þeytið mjólk smám saman út í. Látið suðuna koma upp, þeytið stöðugt. Sjóðið þar til það er þykkt og slétt, um 1 mínútu. Blandið salti saman við. Takið af hitanum. Þeytið súkkulaði út í þar til það bráðnar. Bætið við vatni, ⅓ c sykri og vanillu; þeytið þar til það er blandað saman. Kældu niður í stofuhita, um 25 mínútur. Þeytið eggjarauður út í.

c) Notaðu rafmagnshrærivél, þeytið eggjahvítur og vínsteinsrjóma í stórri skál þar til mjúkir toppar myndast. Bætið ⅓ c sykri smám saman út í, þeytið þar til það er stíft og gljáandi. Brjótið ¼ af eggjahvítum saman við súkkulaðiblönduna. Blandið súkkulaðiblöndunni varlega saman við afganginn af hvítunum í 3 viðbótum.

d) Skiptið blöndunni á tilbúna rétti (fyllingin nær næstum upp á topp).

e) Stráið muldu sælgæti yfir soufflés. (Hægt að gera 3 daga fram í tímann. Vefjið inn í filmu og frystið; má ekki þiðna. Afhjúpið fyrir bakstur.) Fyrir sósu: blandið saman rjóma, nammi og vatni í meðalstórum potti. Hrærið við meðalhita þar til nammið bráðnar. Takið af hitanum. Bætið súkkulaði út í og hrærið þar til það er bráðið og slétt. Berið fram heitt eða við stofuhita.

f) Hitið ofninn í 400 $\frac{1}{4}$. Bakið þar til soufflés eru blásin og næstum stíf viðkomu en samt mjúk í miðjunni, um 30 mínútur fyrir ófrosnar, 40 mínútur fyrir frosnar. Berið fram strax með súkkulaðipiparmintsósu.

90. Súkkulaðiflöguð marrsúfflé

Gerir: 4 skammta

HRÁEFNI:
- 1 matskeið ósaltað smjör
- 8 matskeiðar kornsykur
- 6 aura hálfsætt súkkulaði, brotið
- Í 1/2-eyri bita
- 2 aura ósykrað súkkulaði,
- Brotið í 1/2 eyri
- Stykki
- 4 stórar eggjarauður
- ¼ bolli Þungur rjómi
- 8 stórar eggjahvítur
- 3 Djúp dökk súkkulaði Fudge
- Smákökur, skornar í tommu bita
- ½ bolli hálfsætar súkkulaðiflögur

a) Hitið ofninn í 350 gráður.
b) Hjúpaðu smjörið létt að innan í hverjum soufflébolla.
c) Stráið 1½ tsk kornsykri yfir að innan í hverjum bolla. Setjið til hliðar þar til þarf. Hitið 1 tommu af vatni í neðri helmingi tvöföldum katla yfir miðlungshita.
d) Setjið hálfsæta og ósykraða súkkulaðið í efri hluta tvöfalda ketilsins.

e) Hyljið toppinn þétt með plastfilmu. Hitið í 6 til 8 mínútur.
f) Takið af hellunni og hrærið þar til það er slétt.
g) Flyttu súkkulaðið yfir í stóra ryðfríu stálskál. Notaðu þeytara til að hræra eggjarauðunum og þungum rjómanum saman við þar til það hefur blandast vel saman. Setja til hliðar.
h) Setjið eggjahvíturnar á skál rafmagnshrærivélar með blöðruþeytara. Þeytið á háu þar til mjúkir toppar myndast, um 1 mínútu.
i) Bætið afganginum af sykrinum út í og haltu áfram að þeyta á háu þar til stífir toppar myndast, um 45 til 50 sekúndur. Takið skálina úr hrærivélinni.
j) Notaðu gúmmíspaða til að brjóta um $\frac{1}{4}$ af þeyttu eggjahvítunum saman við bræddu súkkulaðiblönduna og blandaðu síðan hinum eggjahvítunum út í.
k) Skiptu souffléblöndunni jafnt í tilbúnu souffébollana, fylltu þá að $\frac{1}{2}$ tommu undir brún bollans. Skiptið jafnt yfir og stráið kexbitunum og súkkulaðibitunum yfir souffléblönduna.
l) Settu soufflés á miðhillu forhitaðs ofnsins.
m) Bakið þar til tannstöngull sem stungið er í miðjuna kemur hreinn út, um 22 til 26 mínútur. Takið úr ofninum og berið fram strax.

91. Kalt ávaxtasúfflé

Gerir: 1 skammtur

HRÁEFNI:
- 1 Umslag óbragðbætt gelatín
- 2 matskeiðar sítrónusafi
- 6 eggjarauður
- ⅓ bolli hunang
- 1 bolli maukaðir ávextir
- 2 matskeiðar Grand Marnier líkjör
- 6 eggjahvítur; barinn stífur
- 1 bolli þungur rjómi; þeyttur skreytingur--
- Ferskir ávextir og myntugreinar

a) Útbúið 1 lítra soufflérétt með kraga. Mýkið gelatínið í sítrónusafa. Þeytið eggjarauður og hunang efst í tvöföldum katli þar til það er slétt og þykkt.
b) Setjið yfir heitt vatn, bætið mjúku gelatíni út í og haltu áfram að þeyta.
c) Bætið ávaxtamauki og líkjör út í og hrærið þar til blandan þykknar. Flott.
d) Hrærið eggjahvítum saman við og síðan þeyttum rjóma. Setjið með skeið í tilbúið souffléform og kælið í að minnsta kosti fjórar klukkustundir. Þegar þú ert tilbúinn til að bera fram skaltu fjarlægja kragann og skreyta með ávöxtum.

92. Crockpot ostasúfflé

Gerir: 1 skammtur

HRÁEFNI:
- 8 brauðsneiðar
- 8 aura rifinn ostur
- 4 egg
- 1 bolli Mjólk
- 1 bolli gufuð mjólk
- $\frac{1}{4}$ tsk Salt
- 1 matskeið steinselja
- Paprika
- 1 bolli soðið kjöt (valfrjálst) skinka

a) Smyrjið pottinn létt.
b) Settu brauð, ost og kjöt í lag (ef það er notað).
c) Þeytið saman egg, mjólk, gufumjólk, salt og steinselju.
d) Hellið brauði og osti yfir í pott.
e) Stráið papriku yfir.
f) Lokið og eldið á lágum hita í 3-4 klst.

93. Daiquiri soufflé

Gerir: 4 skammta

HRÁEFNI:
½ bolli kalt vatn
1 matskeið óbragðbætt gelatín
4 stór egg, aðskilin
¾ bolli sykur
1 hver börkur af sítrónu og lime
2 matskeiðar lime safi
2 matskeiðar sítrónusafi
4 matskeiðar ljós romm
1 bolli þeyttur rjómi

Setjið vatn í pönnu. Stráið gelatíni ofan á; látið standa í að minnsta kosti 5 mínútur. Þeytið eggjarauður og sykur saman þar til hún er ljós og ljós. Bæta við lime og sítrónubörk; blandað til að blanda saman. Eldið gelatínblönduna við lágan hita þar til hún er uppleyst. Bætið við eggjarauðublöndu; eldið varlega, hrærið stöðugt í, 3 til 5 mínútur. Ekki láta blönduna sjóða, því þá getur hún vaxið.

Fjarlægðu af hitanum; hrærið rommi, sítrónu og lime safa saman við. Kælið þar til það er rétt að byrja að hlaupa. Þetta er hægt að flýta fyrir með því að setja skálina á ísbeði. Hrærið af og til til að koma í veg fyrir að hlaup myndist. Þeytið rjóma í skál þar til mjúkir toppar myndast. Blandið þeyttum rjóma og þeyttum eggjahvítum saman við gelatínblönduna. Hellið í tilbúið fat. Slappaðu af.

Skreytið með þeyttum rjóma, fjólum og lime sneiðum.

94. Drambuie soufflé

Gerir: 4 skammta

HRÁEFNI:
4 stór egg; aðskilin
1 eyri smjör
1 eyri venjulegt hveiti
¼ pint mjólk
3 aura rjómasykur
4 matskeiðar Drambuie
Vanillukjarna

Þó að þessi soufflé sé ljúffeng ein og sér eða með stakum rjóma, prófaðu hana með sósu úr (skoskum) hindberjum - þér mun finnast samsetningin frábær.

Smyrjið soufflérétt létt (2 pint fyrir 4 skammta) og stráið flórsykri yfir.

Bræðið smjörið, hrærið hveitinu út í, takið af hellunni og blandið mjólkinni smám saman út í. Þegar sósan er orðin mjúk er hún komin aftur á hita og látið suðuna koma upp til að þykkna, hrærið allan tímann. Hrærið einni í einu eggjarauðunum út í, þeytið síðan flórsykrinum út í með Drambuie og vanilludropum.

Þeytið eggjahvíturnar þar til þær standa í mjúkum toppum, notið síðan málmskeið létt og blandið þeim hratt saman við sósublönduna.

Snúðu souffléinu í fatið og bakaðu það í miðjum ofni við 375 F í um 40 mínútur eða þar til það er vel lyft og gullbrúnt.

Stráið smá flórsykri yfir og berið fram strax.

95. Frosinn grand marnier soufflé

Gerir: 4 skammta

HRÁEFNI:
5 heil egg
¼ bolli kornsykur, auk auka til að rykhreinsa leirtau
Mýkt smjör
1 bolli Þungur rjómi, plús
½ bolli Þungur rjómi
3 matskeiðar sælgætissykur
¼ bolli Grand Marnier
2 matskeiðar appelsínubörkur
½ bolli appelsínubitar
Hrærið eggin og strásykurinn saman við efst á tvöföldum katli úr ryðfríu stáli og passið að hræra ekki eggin, þeytið við vægan hita þar til blandan er orðin gullin á litinn og nógu þykk til að hjúpa bakhlið skeiðar með tætlur. Takið af hellunni og setjið blönduna til hliðar til að kólna.

Á meðan eggjablandan er að kólna skaltu búa til fjóra ½ bolla soufflérétti með því að klippa vaxpappír sem er nógu langur til að umkringja hvern soufflérétt tvisvar og standa 3 til 4 tommur fyrir ofan toppinn. Vefjið vaxpappírinn þétt utan um fatið og þéttið brúnirnar með gagnsæju límbandi. Smyrjið réttinn að innan með mjúku smjöri, stráið síðan strásykri yfir og sláið umfram sykri út á disk.

Notaðu rafmagnshrærivél, blandaðu saman 1 bolla af þungum rjóma, sælgætissykri og Grand Marnier, appelsínubörk og þeytið í fasta toppa. Blandið þeyttum rjómanum varlega saman við eggjablönduna með spaða. Hellið blöndunni í smurða soufflérétttana, fyllið þá fyrir ofan brúnina og á svæðið sem vaxpappírinn umlykur.

Setjið soufflés inn í frysti, í að minnsta kosti 4 klukkustundir, helst yfir nótt. Þegar tilbúið er að bera fram, þeytið afganginn af rjómanum þar til mjúkir toppar myndast, takið úr frosnu souffléinu úr frystinum og fjarlægið vaxpappírskragann varlega. Toppið með ögn af þeyttum rjóma og nokkrum appelsínubitum.

96. Ávaxtakökusúfflé

Gerir: 1 skammt

HRÁEFNI:

3 matskeiðar Kornsykur auk viðbótar fyrir
; stráið ramekinunum yfir
1½ bolli mulin ávaxtakaka
¾ bolli mulið hvítt brauð
½ bolli Mjólk
3 stór egg; aðskilin
2 matskeiðar sælgætissykur

a) Smyrjið átta 1 bolla ramekin og stráið þeim yfir með viðbótar kornsykri. Blandið ávaxtakökunni, brauðinu og mjólkinni vel saman í lítilli skál og látið blönduna standa, þakið, við stofuhita í 15 mínútur.

b) Í málmskál með færanlegum rafmagnshrærivél þeytið eggjarauðurnar og hinar 3 msk kornsykur sem eftir eru þar til blandan hefur blandast vel saman, setjið skálina yfir pott með sjóðandi vatni og þeytið blönduna þar til hún er þykk og föl.

c) Takið skálina af pönnunni og blandið ávaxtakökublöndunni út í.

d) Þeytið hvíturnar í skál þar til þær eru froðukenndar, þeytið sælgætissykurinn út í, sigtað og þeytið hvíturnar þar til þær halda aðeins stífum toppum. Brjótið marengsinn inn í ávaxtakökublönduna varlega en vandlega og skiptið deiginu á milli ramekinanna.

e) Bakið soufflés í miðjum forhitaðri 375F. ofninn í 12 til 15 mínútur, eða þar til þær eru gylltar og hnífur sem stungið er í miðjuna kemur hreinn út.

97. Glace rauð hindberja soufflé

Gerir: 8 skammta

HRÁEFNI:
- 20 aura hindber; frosinn
- ¾ bolli sykur
- ⅓ bolli; vatn
- 6 egg; aðskilin
- 2 bollar þeyttur rjómi; þeyttur

a) Við vægan hita, eldið hindber þar til vökvinn er næstum horfinn (um það bil 15 mínútur). Setjið til hliðar til að kólna.

b) Blandið saman sykri og vatni í meðalstórum potti; látið suðuna koma upp og sjóðið hratt í 3 mínútur að mjúku kúlustigi.

c) Í lítilli hrærivélarskál, þeytið eggjarauður þar til þær eru þykkar og sítrónulitaðar.

d) Með hrærivél á miðlungs hraða, hella rólega heitu sírópi yfir eggjarauður; þeytið þar til þykkt og ljóst.

e) Brjótið hindberjum saman við. Þeytið eggjahvítur þar til stífir toppar myndast. Brjótið saman við hindberjablönduna.

f) Blandið þeyttum rjóma saman við. Límdu 2 tommu standandi kraga úr álpappír í kringum 8 einstaka soufflérétti eða bolla.

g) Hellið hindberjablöndunni út í, fyllið ofan á kragann.

h) Frysta. Fjarlægðu kragann til að þjóna. Skreytið með þeyttum rjóma og ferskum hindberjum.

98. Hominy soufflé

Gerir: 8 skammta

HRÁEFNI:
1 bolli Mjólk
1 bolli vatn
½ bolli hominy grits
2 matskeiðar Smjör, brætt
¾ teskeið Salt
3 egg, aðskilin, vel þeytt

1. Sjóðið mjólk og vatn efst á tvöföldum katli.

2. Bæta við hominy grits, hrærið þar til þykknað; elda 1 klst.

3. Kaldur; bætið smjöri, salti og eggjarauðu saman við, blandið vel saman.

4. Blandið stífþeyttum eggjahvítum varlega saman við.

Hellið blöndunni í vel smurða pott; baka í forhitaðri 325'F. ofn 45 mínútur.

99. Jasmine te soufflé með sítrónu grasís

Gerir: 6 skammta

HRÁEFNI:
- ½ bolli laus jasmín telauf
- ¼ bolli Laus oolong telauf
- 1 bolli Mjólk
- 3 bollar þungur rjómi
- 2 Tahítískar vanillubaunir; klofið langsum,
- Og skrapaði
- ½ bolli hunang
- 10 egg; aðskilin
- ½ bolli maíssterkju
- ½ bolli sykur; (1/4 bolli fyrir eggjarauður,
- Og 1/4 bolli fyrir hvíta)
- 6 smurðar og sykraðar sex eyri ramekin -
- Lemon Grass ís

a) Blandið saman tei, rjóma, mjólk og vanillustöngum/belgjum í óviðbragðslausan pott á lágum hita og látið suðuna koma upp. Látið malla í 20 mínútur, takið síðan af hellunni og látið malla í 30 mínútur til viðbótar.

b) Síið vökvann með innrennsli og hitið aftur með hunanginu að suðu. Í ryðfríu stáli skál þeytið saman 10 eggjarauður, maíssterkju og ¼ bolla af sykri. Herðið eggjarauðurnar með því að bæta aðeins sleif af heitum rjóma út í eggjarauðurnar.

Blandið vel og bætið síðan hertu blöndunni aftur í pottinn.

c) Við meðalhita, þeytið stöðugt þar til það þykknar og eldið síðan í 3 til 5 mínútur til viðbótar.

d) Áferð á sætabrauði ætti að nást. Flyttu botninn yfir á litla hótelpönnu, lokaðu með plastfilmu og settu í kæli. Hægt er að búa til grunn með 24 klukkustunda fyrirvara.

e) Forhitið plötubakka í 375 gráðu ofni. Þeytið eggjahvíturnar með 1 matskeið af sykri í uppréttri hrærivél með þeytara á hægt. Eftir um það bil 8 til 10 mínútur munu mjúkir toppar nást. Bætið restinni af sykrinum út í og þeytið á miklum hraða í tvo 5 sekúndna hraða.

f) Í stórri ryðfríri skál, þeytið kælda rjómabotninn í höndunum þar til hann er sléttur. Notaðu spaða og blandaðu eggjahvítunum varlega saman við í hlutfallinu 50/50 miðað við rúmmál. Vinnið hratt, en ekki ofblanda.

g) Grunnurinn þarf að vera einn einsleitur litur. Fylltu ramekins að toppnum. Slepptu hverjum og einum úr 3 tommu hæð til að dreifa óæskilegum loftbólum.

h) Sett á upphitaða plötu og bakað í 12 mínútur. Eftir 6 mínútur byrja souffléið að lyfta sér. Athugaðu hækkandi soufflés til að sjá hvort einhverjar brúnir festast á brúnum ramekins; ef nauðsyn krefur opnaðu ofnhurðina og skerðu límbandi hlutann varlega í sneiðar með skurðhníf.

i) Soufflés jafna sig.
j) Þegar hliðar soufflésins eru orðnar gullinbrúnar (lykillinn að því að soufflé detti ekki eru skorpu, gullbrúnu hliðarnar), taktu þá út úr ofninum og dustaðu toppana með sælgætissykri.
k) Berið fram strax með skeið af Lemon Grass ís.
l) Fyrir málun: Setjið soufflé á disk. Skerið op í toppinn á souffléinu og setjið ísskeið inn í.

100. Appelsínugult - eggjasúfflé

Gerir: 6 skammta

HRÁEFNI:
- 2 umslög óbragðbætt gelatín
- ¾ bolli sykur, skipt
- 8 aura hálfsætt súkkulaði,
- Gróft skorið
- 2 tsk vanillukremssósa
- Þeyttur rjómi
- Ristar möndlur
- ¼ tsk Salt
- 5 egg, aðskilin
- 1 bolli vatn
- ¼ bolli Frosinn appelsínusafi
- Einbeittu þér
- 1 tsk Rifinn appelsínubörkur
- 2 bollar eggjasnakk
- 1 matskeið rommþykkni
- ¼ tsk rjómi af vínsteini
- 2 bollar þeyttur rjómi, skipt
- Appelsínusneið

a) Blandið gelatíni saman við ¼ bolla af sykri og salti. Þeytið eggjarauður með vatni og appelsínusafaþykkni. Bætið við gelatínblönduna.

b) Hrærið við lágan hita þar til gelatínið er alveg uppleyst, 5 til 8 mínútur.

c) Takið af hitanum.
d) Bætið við appelsínuberki, eggjasnakk og rommþykkni.
e) Kældu, hrærið af og til, þar til blandan hrúgast aðeins þegar hún er sleppt úr skeið.
f) Þeytið eggjahvítur með rjóma af tartar þar til þær eru froðukenndar; Bætið restinni af sykri smám saman út í og þeytið þar til mjúkir toppar myndast.
g) Blandið gelatínblöndunni saman við. Þeytið $1\frac{1}{2}$ bolla af rjómanum þar til mjúkir toppar myndast; blandið saman við gelatínblönduna.
h) Hellið í 1 qt. Soufflé fat með kraga. Til að búa til kraga skaltu rífa af 4" álpappír sem er 4" lengra en ummál fatsins. Brjótið það í þriðju langsum. Settu ofan á fatið og límdu það saman þannig að það passi vel.
i) Kældu þar til það er stíft, að minnsta kosti 6 klst. Fjarlægðu kragann.
j) Þeytið afganginn af $\frac{1}{2}$ bolli rjóma þar til hann er stífur; Skreytið með þeyttum rjóma og appelsínusneið.

NIÐURSTAÐA

Að lokum er soufflé matreiðslubókin ómissandi fyrir alla sem elska viðkvæma og ljúffenga bragðið af soufflés. Með 100 uppskriftum til að velja úr verður þú aldrei uppiskroppa með hugmyndir til að búa til nýjar og spennandi soufflé sköpun. Hvort sem þú ert vanur kokkur eða byrjandi matreiðslumaður, þá er þessi matreiðslubók hönnuð til að hjálpa þér að búa til hinar fullkomnu soufflés í hvert skipti.

Svo hvers vegna að bíða? Fáðu þér eintak af soufflé matreiðslubókinni í dag og byrjaðu að búa til himnesku soufflés sem munu láta gesti þína biðja um meira!

www.ingramcontent.com/pod-product-compliance
Lightning Source LLC
Chambersburg PA
CBHW070641120526
44590CB00013BA/810